பொது அறிவு

வினா விடை

ஜெகாதா

சத்யா

Title:
Pothu Arivu vinaa vidai
Jakatha

ISBN: 978-93-92474-88-0
Title Code : Sathyaa - 077

நூல் தலைப்பு
பொது அறிவு வினா விடை

நூல் ஆசிரியர்
ஜெகாதா

முதற்பதிப்பு
ஜீன் 2024

விலை : ₹ 60

பக்கம் : 64

Printed in India

Published by

Sathyaa Enterprises
No.137, First Floor,
Choolaimedu,
Chennai - 600 094.
044 - 4507 4203

Email
sathyaabooks@gmail.com

கூகன் ஹேய் அருங்காட்சியகம் எங்கே உள்ளது?
நியுயார்க்

மோதிபாக் அரண்மனை எங்கே உள்ளது?
பாட்டியாலா

ஒபேரா அரங்கம் எங்கே உள்ளது?
சிட்னி

பிக்பென் கோபுரம் எங்கே உள்ளது?
லண்டன்

செயின்ட் பீட்டர் தேவாலயம் எங்கே உள்ளது?
வாட்டிகன்

ஹுமாயூன் கல்லறை எங்கே உள்ளது?
டில்லி

சித்தன்ன வாசல் கோயில் எங்கே உள்ளது?
புதுக்கோட்டை

ஃபார்னஸா மாளிகை எங்கே உள்ளது?
காம்போ மார்ஸியோ

ஜோஸ் எச்சகாரி எந்த நாட்டு நாடகாசிரியர்?
ஸ்பெயின்

மாரிஸ் மேட்டர்லிங்க் எந்த நாட்டு நாடகாசிரியர்?
பெல்ஜியம்

ஜான்கால்ஸ் வொர்த்தி எந்த நாட்டு நாடகாசிரியர்?
இங்கிலாந்து

ரோமின் ரோலந்து எந்த நாட்டு நாடகாசிரியர்?
பிரெஞ்சு

நட்ஹாம்சன் எந்த நாட்டு நாடகாசிரியர்?
நார்வே

செயின்ட் பால்கதிட்ரல் எங்கே உள்ளது?
லண்டன்

டிராஜன் பெருங்கட்டிடம் எங்கே உள்ளது?
ரோம்

திஸியஸ் கோவில் எங்கே உள்ளது?
ஏதென்ஸ்

சாக்ரடா பாமிலியா எங்கே உள்ளது?
பார்ஸிலோனா

சியர்ஸ்டவர் எங்கே உள்ளது?
சிகாகோ

ஹாம்டன் கோர்ட் மாளிகை எங்கே உள்ளது?
இங்கிலாந்து

தலாடா மாலிகவா எங்கே உள்ளது?
இலங்கை

பாந்தியன் கோயில் எங்கே உள்ளது?
ரோம்

கிரெம்ஸின் கோட்டை எங்கே உள்ளது?
ரஷ்யா

பொற்கோயில் எங்கே உள்ளது?
அமிர்தசரஸ்

கென்ஸிங்டன் அரண்மனை எங்கே உள்ளது?
இங்கிலாந்து

பெல்வடேர் அரண்மனை எங்கே உள்ளது?

வியன்னா

செயின்ட் மார்க் தேவாலயம் எங்கே உள்ளது?

வெனிஸ்

சுபாஷ் சந்திரபோஸ் துவங்கிய கட்சியின் பெயர் என்ன?

பார்வர்டு பிளாக்

நேதாஜி சென்ற விமானம் எந்த இடத்தில் நொறுங்கியது?

பார்மோஸா அருகில்

உத்தரப் பிரதேசத்தின் பேசும் மொழி எது?

இந்தி

மேற்கு வங்காளத்தின் பேசும் மொழி எது?

வங்காளி

மகாராஷ்டிரத்தில் பேசும் மொழி எது?

மராத்தி

கோவாவின் பேசும் மொழி எது?

கொங்கனி

பஞ்சாப்பின் பேசும் மொழி எது?

பஞ்சாபி

பரீக்ஷா நாடகக்குழு எங்கே உள்ளது?

சென்னை

ரங்கயோக் எந்த மாநில நாடகக் குழு?

லக்னோ

கூத்துப் பட்டறை எங்கே உள்ளது?

சென்னை

சதக் குழுவினர் எங்கே உள்ளனர்?

வங்காளம்

தன்னானே கலைக்குழு எங்கே உள்ளது?

பாண்டிச்சேரி

கூடுகட்டும் விலங்கு எது?

வைல்ட் போயர் என்னும் காட்டுக்கரடி

மிகவும் மெதுவாக நகரும் பாலூட்டி எது?

தேவாங்கு

எந்தப் பறவை பெரிய முட்டையிடும்?
நெருப்புக் கோழி

கால்சியம் என்ற தனிமத்தைக் கண்டறிந்தவர் யார்?
எச்.டேவ்

பிளாஸ்டிக் மண்ணில் மக்குவதற்கு எத்தனை ஆண்டுகளாகும்?
400 ஆண்டுகள்

செடியின் எந்தப் பகுதியிலிருந்து மஞ்சள் கிடைக்கிறது?
தண்டு

மூளையை உடலிலிருந்து எடுத்துவிட்ட பின்பும் கூட உயிருடன் வாழும் ஒரே விலங்கு எது?
ஆமை

நீராவிக்கு உந்து சக்தி இருக்கிறது என்பதைக் கண்டறிந்தவர் யார்?
ஜேம்ஸ்வாட்

நீரில் அதிகமாகக் கரையும் வாயு எது?
அமோனியா

எலுமிச்சம்பழத்தில் உள்ள முக்கியமான அமிலம் எது?
சிட்ரிக் அமிலம்

பித்த நீர்ப்பை இல்லாத ஒரே மிருகம் எது?
ஒட்டகம்

வினிகரில் உள்ள அமிலத்தின் பெயர் என்ன?
அசிட்டிக் அமிலம்

பாலில் கொழுப்புச்சத்து எக்காலத்தில் குறைகிறது?
குளிர்காலத்தில்

சாக்பீஸின் வேதிப்பெயர் என்ன?
கால்சியம் கார்பனேட்

ட்ராகோமா என்ற நோய் உடலின் எந்த உறுப்பை பாதிக்கிறது?
கண்

ஒட்டகம் தண்ணீரைச் சேமிக்கும் பகுதி எது?
திமில்

செவ்வெறும்பின் நச்சில் இருக்கும் அமிலம் எது?
பார்மிக் அமிலம்

கிரிக்கெட் பிட்சின் நீளம் என்ன?
22 யார்ட்

உலகிலேயே பழமையான விளையாட்டு எது?
போலோ

அர்ஜுனா விருது பெற்ற முதல் செஸ் விளையாட்டு வீரர் யார்?
மானுவல் ஒரோன்

ஐரோப்பாவின் விளையாட்டுக்களம் என அழைக்கப்படும் நாடு எது?
சுவிட்சர்லாந்து

கருவில் உருவாகும் முதல் உறுப்பு எது?
இதயம்

நியுரான் என்பது என்ன?
நரம்புத்திசு

உடம்பில் எடை கூட எந்தப் பழத்தைச் சாப்பிட வேண்டும்?
வாழைப்பழம்

சாம்பிராணி எந்த மரத்திலிருந்து தயாரிக்கப்படுகிறது?
தேவதாரு மரத்தின் பாலில் இருந்து

உமிழ்நீரில் சுரக்கும் நொதியின் பெயர் என்ன?
டயலின்

உலகின் மிக நீளமாக எழுதப்பட்ட கவிதை எது?
மகாபாரதம்

செம்மீன் நாவலை எழுதியவர் யார்?
தகழி சிவசங்கரன் பிள்ளை

ஹாலிவுட் எங்கே உள்ளது?

லாஸ் ஏஞ்சல்ஸ்

நவசீனத்தின் சிற்பி யார்?
மா-சே-துங்

லெனின் சகோதரர் பெயர் என்ன?
அலெக்ஸாண்டர்

அக்டோபர் புரட்சி எங்கே நடைபெற்றது?
ரஷ்யாவில்

மக்களாட்சி சாசனத்தை எழுதியவர் யார்?
லெனின்

ராஷ்பிகாரி போஸ் எந்த நாட்டுக்காரார்?
வங்காளம்

நாஜிக்கட்சிக்கு சொந்தக்காரர் யார்?
ஹிட்லர்

சூயஸ் கல்வியை எகிப்து நாட்டுடமையாக்கிய மன்னர் யார்?
நாசர்

நெல்சன் எங்கே பிறந்தார்?
இங்கிலாந்து நாட்டில் பர்ஹம் தோர்யே கிராமத்தில்

மாவீரன் நெல்சன் வீரமரணமடைந்த யுத்தம் எது?
டிரபால்கர்

ஈரானில் புரட்சி செய்தவர் யார்?
கோமேனி

சீனதேசத்தின் தந்தை எனப் பெயர் பெற்றவர் யார்?
சன்யாட்ஸென்

சன்யாட்ஸென் எங்கே பிறந்தார்?
சீனாவில் சூயிஹெங்

வங்காள தேசத்தின் முதல் அதிபர் யார்?
முஜிபுர் ரஹ்மான்

செங்கோட்டை எங்கே உள்ளது?
டெல்லி

பீபிகாமக்போ எங்கே உள்ளது?
ஆக்ரா

ஸான் அகஸ்டினோ ஆலயம் எங்கே உள்ளது?
ஸான் அகஸ்டினோ

செயின்ட் ஜார்ஜ் கோட்டை எங்கே உள்ளது?
சென்னை

மெடிசி ஆலயம் எங்கே உள்ளது?
பிளாரான்ஸ்

சந்தா மரியா மடாலயம் எங்கே உள்ளது?
மிலான்

ஆக்வாதா கோட்டை எங்கே உள்ளது?
கோவா

ஆலம்பரா வளாகம் எங்கே உள்ளது?
ஸ்பெயின்

ஐபல் கோபுரம் எங்கே உள்ளது?
பிரான்ஸ்

டிரான்ஸ்வேல்ட் ஏர்லைன்ஸ் எந்த நாட்டைச் சேர்ந்தது?
அமெரிக்கா

தாய் ஏர்வேஸ் இன்டர்நேஷனல் எந்த நாட்டைச் சேர்ந்தது?
தாய்லாந்து

ஸ்விஸ் ஏர் எங்கே உள்ளது?
ஸ்வீடன்

அலிதாலியா எந்த நாட்டுக்குரியது?
இத்தாலி

மராத்தி பால்குமார் சாகித்ய சம்மேளனம் என்ற இலக்கிய அமைப்பை உருவாக்கிய மராத்தி பத்திரிக்கையாளர் யார்?
அமரேந்திர லக்ஷ்மண் காட்சில்

பிரிட்டனின் காலனி ஆதிக்கத்தின் கீழ் ஹாங்காங் எத்தனை ஆண்டுகள் இருந்தது?
157 ஆண்டுகள்

விஞ்ஞானிகளின் சொர்க்கம் என்று வர்ணிக்கப்படும் கண்டம் எது?
அண்டார்டிகா கண்டம்

தமிழ்நாட்டில் குழந்தை எழுத்தாளர் சங்கம் எந்த ஆண்டு தொடங்கப்பட்டது?
1950ம் ஆண்டு

கடல் நீரிலிருந்து மின்சாரம் தயாரிக்கும் திட்டம் இந்தியாவில் முதன் முதலாக எங்கு தொடங்கப்பட்டது?
லட்சத்தீவு

இந்திய தேசிய அறிவியல் பதிவு மையம் எங்கு அமைந்துள்ளது?
புதுடில்லி

கர்நாடக இசை மேதை எம்.எஸ். சுப்புலட்சுமியின் இயற்பெயர் என்ன?
குஞ்சம்மாள்

உலகிலேயே மிக அதிகமான நூல்களை (1200) எழுதிய எழுத்தாளர் யார்?
அலெக்ஸாண்டர் டூமாஸ்

இத்தாலி சர்வாதிகாரி முசோலினி இறப்பதற்கு முன் பயன்படுத்திய காரின் பெயர் என்ன?
பெர்லி ரெட்டா

ஜூலி அண்ட்ரோ என்ற பெண்மணி யார்?
நடிகர் ஜெமினிகணேசனின் நான்காவது மனைவி

ஜப்பான் நாட்டின் முன்னணி நாளிதழ் எது?
அசாகி சிம்புன்

சீனாவின் முதல் அணு ஆராய்ச்சி விஞ்ஞானி யார்?
வாங்காஞ்சங்

உலகின் முதல் பெண் நாவலாசிரியார் யார்?
ஆப்ரா பென் (இங்கிலாந்து)

பச்சைக் கொண்டை காட்டுக்கோழி எந்த நாட்டின் தேசியப் பறவை?
ஜப்பான்

உணவுடன் வயிற்றுக்குள் நுழையும் பாக்டீரியாக்களை அழிப்பது எது?
ஹைட்ரோ குளோரிக் அமிலம்

ஜப்பானியப் பெண்களின் சராசரி ஆயுள் எவ்வளவு?
80 ஆண்டுகள்

கோல்டு கோஸ்ட் என்பது எந்த நாட்டின் பழைய பெயர்?
கானா

கூடைப்பந்து விளையாட்டை கண்டுபிடித்தவர் யார்?
டாக்டர் நைஸ்மித்

இண்டியா கேட்டில் உள்ள தேசிய நினைவுச் சின்னத்தின் பெயர் என்ன?
அமர் ஜவான்

நகைச்சுவை நடிகர் ஹார்டியின் முழுப்பெயர் என்ன?
ஆலிவர் நார்வெல் ஹார்டி

ஜப்பான் நாட்டின் முதல் அரசர் யார்?
ஜிம்மு டென்னோ

ஐநாசபையின் பொதுச் செயலாளராக பதினோரு ஆண்டுகள் பதவி வகித்தவர் யார்?
ஊதாண்ட் (பர்மா)

சுவாமி விவேகானந்தர் சிலை அமைக்கப்பட்டுள்ள அமெரிக்க நகரம் எது?

லேமென்ட் (சிகாகோ)

பேனா கண்டுபிடிப்பதற்கு முன்னால் எந்தப் பறவையின் இறகு எழுதுகோலாகப் பயன்பட்டது?

பெண் அன்னப் பறவை

ஷிப்பிங் கார்ப்பரேஷன் ஆஃப் இந்தியா எவ்வளவு மூலதனத்துடன் ஆரம்பிக்கப்பட்டது?

100 கோடி ரூபாய்

போயுஸ் 80ல் முதல் விமானப் பணிப்பெண்ணாக பணிபுரிந்தவர் யார்?

எலென் சாச்

இறந்த கவிஞர்களுக்கு கேரள மாநிலம் வழங்கும் சர்வ தேச விருதின் பெயர் என்ன?

ஆசான் உலக விருது

சைனா டைம்ஸ் என்ற தினசரி பத்திரிக்கையை வெளியிடும் நாடு எது?

தைவான்

பொது நலத்திற்காகப் பாடுபடுபவர்களுக்கு அமெரிக்கா வழங்கும் மிக உயர்ந்த விருது எது?

மெடல் ஆஃப் ப்ரீடம்

கோர்ட் டான்ஸர் என்ற நூலின் ஆசிரியர் யார்?

ரவீந்திரநாத் தாகூர்

கம்யூனிசம் பீக் என்ற உயரமான மலை எந்த நாட்டில் உள்ளது?

ரஷ்யா

உலகிலேயே மிக அதிகமாக ரசாயனப் பொருட்களை தயாரிக்கும் கம்பெனி எது?

டு பான்ட்

ஜெர்மனியிலிருந்து ஜப்பானுக்கு நீர் மூழ்கிக் கப்பல் மூலம் சென்ற வீரர் யார்?

நேதாஜி சுபாஷ் சந்திரபோஸ்

திஸ்கோப் ஆஃப் ஹேப்பினஸ் என்ற நூலின் ஆசிரியர் யார்?

விஜயலட்சுமி பெண்டிட்

இந்தியாவின் முதல் பெண் சுங்க இலாகா கலெக்டர் யார்?

கௌசல்யா நாராயணன்

ஹோமியோபதி மருத்துவத்தின் தந்தை என அழைக்கப்படுபவர் யார்?
ஹானிமன் (ஜெர்மனி)

ஹாலிவுட்டின் கவர்ச்சிப் புயல் யார்?
மர்லின் மன்றோ

வறுமை ஒழிப்பு தினம் எது?
நவம்பர் 1

மிகக்குறைந்த வயதில் (24 வயதில்) இங்கிலாந்தின் பிரதமரானவர் யார்?
வில்லியம் பிட்

சில்வர் ஸ்டார் என்பது எந்த நாட்டின் உயர்ந்த விருது?
ஜப்பான்

இந்திய கிராம போன் இசைத்தட்டில் முதன் முதலின் பதியப்பட்ட பாடலைப் பாடியவர் யார்?
கவுகர்ஜான்

வங்காள உரைநடையின் தந்தை என்று போற்றப்பட்டவர் யார்?
ராஜாராம் மோகன்ராய்

மேஜிக் மவுண்டன் என்ற ஆங்கில நூலின் ஆசிரியர் யார்?
தாமஸ் மான்

பிரிட்டிஷ் அரச குடும்ப உயர் விருதின் பெயர் என்ன?
எம்பி-கி விருது

நன்னாரி வேரின் அறிவியல் பெயர் என்ன?
ஹெமிடஸ்மஸ் இண்டிகஸ்

90 பாடல்கள் இடம் பெற்றிருந்த ஒரே திரைப்படம் எது?
இந்திரசபா (இந்தி)

உலகின் முதல் உடற்கூற்றியல் மருத்துவர் யார்?
ஆண்ட்ரூஸ் வெஸாலியஸ்

இந்திய தேசிய காங்கிரஸின் முதல் மாநாடு பம்பாயில் எங்கு நடந்தது?
கோகுல்தாஸ் தேஜ்பால் சமஸ்கிருத கல்லூரி

தயிரில் உள்ள உடலுக்கு அழகைத் தரும் வைட்டமின் பெயர் என்ன?
ரிபோஃபிளேவின்

உப்புத்தண்ணீரில் வளரும் மரம் எது?
மான்குரோவ்

இந்திய தேசிய காங்கிரஸின் 100வது ஆண்டு விழாவிற்கு தலைமை தாங்கிய பாரதப் பிரதமர் யார்?
ராஜீவ்காந்தி (1985)

மலையாள நடிகர் பிரேம் நஸீரின் இயற்பெயர் என்ன?
அப்துல் காதர்

காது கேளாதோருக்கான கேட்கும் கருவியைக் கண்டுபிடித்தவர் யார்?
மில்லர் ரீஸ் ஹட்சின்சன்

ஒரு பைசாவிற்கு விற்கப்பட்ட முதல் தமிழ்மாத இதழ் எது?
சத்தியநாதன் (1887)

வானவில்லின் அடிப்பகுதியில் இருக்கும் நிறம் எது?
சிவப்பு

வாஸ்கோடாகாமாவை வரவேற்ற கள்ளிக்கோட்டை மன்னர் யார்?
ஜாமொரின்

ஒட்டகச்சிவிங்கியின் நாக்கின் நீளம் எத்தனை செ.மீ?
53 செ.மீ

மனித உரிமைக் கழகம் தோன்றக் காரணமாக இருந்தவர் யார்?
பீட்டர் பெரன்சன் (இங்கிலாந்து)

நார்வே நாட்டின் முதல் பெண் பிரதமர் யார்?
கிரோ ஹேர்லம் புரூண்ட் லாண்ட்

இந்தியாவிற்கும் சீனாவிற்கும் இடையே உள்ள எல்லைக் கோட்டின் பெயர் என்ன?
மக்மோகன் எல்லைக் கோடு

இந்தியாவின் முதல் பெண் மிருதங்க வித்வான் யார்?
திருக்கோவர்ணம் ரங்கநாயகி

எம்.ஜி. ஆர் பிறந்த ஊர் எது?
மருதூர்

இந்திய திட்டக்கமிஷன் எந்த ஆண்டு தொடங்கப்பட்டது?
1950ம் ஆண்டு

கம்யூட்டரை மிரட்டும் வைரஸ்களை முதன் முதலில் உருவாக்கியவர் யார்?
பாசிப் பரூக் மற்றும் அஜெட் அல்வி (பாகிஸ்தான்)

இந்திய மருந்து ஆராய்ச்சி மையம் எங்குள்ளது?
லக்னோ

பேட்ரியாடிக் அசோஷியேஷன் என்ற சங்கத்தை இந்தியாவில் நிறுவியவர் யார்?
சையது அகமது கான்

கண்ணைப் பறிக்கும் மின்னலை முதன் முதலாகப் புகைப்படம் எடுத்தவர் யார்?
டபிள்யுசி குர்லே

ஆஃப்செட் அச்சு முறையைக் கண்டுபிடித்தவர் யார்?
ரபேல்

ஹார்ஸ் பவர் என்று மோட்டாரின் திறனுக்கு முதன் முதலில் பெயர் வைத்தவர் யார்?
ஜேம்ஸ் வாட்

சுயிங்கம் தயாரிக்கப் பயன்படும் மரம் எது?
சயோடில்லா

பிளாஸ்டிக் தொழிலுக்குத் தேவையான முதல் மோல்டிங் இயந்திரத்தை கண்டுபிடித்தவர் யார்?
எர்கர்ட் மற்றும் சிக்ளர்

குங்குமப்பூ விளையும் செடியின் பெயர் என்ன?
குரோக்கஸ் சட்டை வஸ்

வில்லியம் ஷேக்ஸ்பியரின் தாயார் பெயர் என்ன?
எலிசபெத் ஆர்டன்

இந்தியாவின் முதல் பெண்கள் கிளப்பின் பெயர் என்ன?
நெல்சன் சன்வாஸ்

முதுகெலும்புடன் தோன்றிய முதல் உயிரினம் எது?
மீன்

கபாளத்தில் இருக்கும் முக்கிய உறுப்பின் பெயர் என்ன?
மூளை

மனித உடலில் தைராய்டு சுரப்பி எங்கே அமைந்துள்ளது?
கழுத்துப் பகுதியில்

வயது வந்த பெண்ணிற்குத் தேவைப்படும் புரதச்சத்தின் அளவு எவ்வளவு?
உணவில் 50% புரதம்

நுரையீரல் மண்டலத்தில் மிக முக்கியமான உறுப்பு எது?
சுவாச மண்டலம்

மூளையில் இருக்கும் நாளமில்லாச் சுரப்பியின் பெயர் என்ன?
பிட்யூட்டரி

சுவாசித்தலை கட்டுப்படுத்தும் நரம்பு மண்டலம் எது?
மத்திய நரம்பு மண்டலம்

அட்ரீனல் சுரப்பி சுரக்கும் ஹார்மோனின் பெயர் என்ன?
எப்பினெப்ரின்

சிறுவர்களை வாலிபப் பருவத்தினராய் மாற்றும் ஹார்மோன் எது?
டெஸ்டோஸ் டீரான்

இரத்த அழுத்தத்தைக் கட்டுப்படுத்தும் உறுப்பு எது?
அட்ரீனல் சுரப்பி

நாம் சுவாசித்து வெளியிடும் காற்றில் ஆக்ஸிஜன் அளவு எவ்வளவு?
4%

புயல் காற்றின் வேகம் எவ்வளவு?
மணிக்கு 118 கி.மீ முதல் 220 கி.மீ வரை

கடல் மட்டத்தில் காற்றழுத்தத்தின் எடை எவ்வளவு?
ஒரு சதுர சென்டிமீட்டரில் 1033.6 கிராம்

சூரியனிலிருந்து பாய்ந்து வரும் கதிர்வீச்சின் வேகம் எவ்வளவு?
விநாடிக்கு 30 கி.மீ முதல் 1000 கிலோ மீட்டர் வரை

பிரபஞ்சம் பற்றி ஆய்வு என்ன பெயரில் வழங்கப்படுகிறது?
காஸ்மாலஜி

சூரிய ஒளி பூமியை அடைய ஆகும் நேரம் எவ்வளவு?
8 நிமிடம் 20 வினாடிகள்

சூரியனின் வயது எவ்வளவு?
4600000000

சூரியன் பூமியைப் போல எத்தனை மடங்கு பெரியது?
218900000

சூரியக் குடும்பத்திலேயே மிகவும் அழகாக காட்சியளிக்கும் ஒரே கோள் எது?
சனி

சூரியக் குடும்பத்திலிலுள்ள இரண்டாவது மிகப்பெரிய கோள் எது?
சனி

உறைந்த ஒரு வாயுக் கோளமாக நீல நிறத்தில் காணப்படும் கோள் எது?
நெப்டியூன்

பூமியின் எடையைக் காட்டிலும் 17 மடங்கு அதிக எடை கொண்ட கோள் எது?
நெப்டியூன்

கோள்களுக்குள் மிகவும் வெப்பமான கோள் எது?
வெள்ளி

வால் நட்சத்திரங்களில் இருக்கும் இரு முக்கியமான பொருள்கள் எவை?
சோடியமும் இரும்பும்

நமக்கு மிகத் தொலைவிலிருக்கும் நட்சத்திரத்தின் பெயர் என்ன?
ஆன்டி ரோமேடா

சூரியனின் மேற்பரப்பிற்கு என்ன பெயரிட்டுள்ளனர்?
புறப்பரப்பு

சூரியனைச் சுற்றி வரும் குறுங்கோள்கள் எதனால் ஆனவை?
பாறைகளால்

முதன் முதலாக ஒரு புதிய கோளைக் கண்டுபிடித்த விஞ்ஞானி யார்?
ஸர் வில்லியம் ஹெர்ஷல்

அறிவியல் ஆராய்ச்சி சோதனைக் கூடத்தை முறைப்படி முதலில் அமைத்த விஞ்ஞானி யார்?
லார்டு கெல்வின்

எலக்ட்ரான் நுண் பெருக்காடியை முதன் முதலாக வடிவமைத்தவர் யார்?
எர்னெஸ்ட் ரஸ்க்கா

பெடலால் இயக்கும் முதல் விமானத்தை வடிவமைத்தவர் யார்?
பால் மார்க்கிரெட்

நுண்ணுயிரிகளுக்கு எதிரான முதல் மருந்தாகச் சல்பாவைக் கண்டுபிடித்தவர் யார்?
எர்லிச் என்பவர்

முதன் முதலாக உயிரைப் பரிசோதனைச் சாலையில் உருவாக்கிக் காட்ட முயன்ற முதல் விஞ்ஞானி யார்?

லூயிஸ்பாஸ்டியர்

மனிதன் சுவாசிக்கக் காற்றிலுள்ள ஆக்ஸிஜன் தேவை என்று முதலில் கூறிய விஞ்ஞானி யார்?

ஜோசப் பிரீஸ்ட்லி

முதன் முதலாக இரண்டாக உடைந்து விட்ட வால்நட்சத்திரம் எது?

வில் ஹெலம் வான்பைலா

இயந்திர மனிதனுக்கு முதன் முதலில் ரோபோ என்று பெயர் சூட்டியவர் யார்?

கரேல் காபெக்

ரோபோ என்றால் 'செக்' மொழியில் என்ன பொருள்?

வேலையாள்

இயந்திர மனிதனை முதன் முதலாக வடிவமைத்து உருவாக்கி நடக்க விட்டது எந்த நாடு?

அமெரிக்கா

எந்த விதமான வெப்ப நிலையிலும் பிரகாசமாகவே இருக்கும் உலோகம் எது?

பிளாட்டினம்

துப்பாக்கிக் குண்டுகள் தயாரிக்கப் பயன்படும் உலோகம் எது?

ஈயம், ஆண்டிமனி

அழிக்க முடியாத மைகள் தயாரிக்க எந்த உலோகத்தின் கூட்டுப் பொருட்கள் பயன்படுத்தப்படுகின்றன?

வெள்ளி

பீரங்கிகள் தயாரிக்கப் பயன்டும் உலோகம் எது?

கன்மெட்டல்

பிளாட்டினம் எங்கே கிடைக்கிறது?

ஒண்டாரியோ மாநிலம்

செம்பும், துத்த நாகமும் கலந்த உலோகத்திற்கு என்ன பெயர்?

பித்தளை

நீராவி இயந்திரங்கள் தயாரிக்கப் பயன்படும் உலோகம் எது?

கன்மெட்டல்

இரும்பைப் போல காந்தசக்தி மிகுந்த உலோகம் எது?

நிக்கல்

தைராய்டு நோய்களைக் குணப்படுத்தப் பயன்படும் உலோம் எது?
டெலூரியம்

சுத்தமான தங்கத்தை எப்படிக் குறிப்பிடுவார்கள்?
காரட்

செம்புடன் வெள்ளீயம் கலந்து தயாரிக்கப்படும் கலப்பு உலோகத்தின் பெயர் என்ன?
கன்மெட்டல் கலப்பு உலோகம்

கரு உருவாகும் போதே குழந்தையின் உடல் அமைப்பை தீர்மானம் செய்வது எது?
டி.என்.ஏ

2575 கி.மீ நீளமுள்ள சாம்பஸி நதிபாயும் கண்டம் எது?
ஆப்பிரிக்கா

அஸ்கோலாவின் நாணயத்தின் பெயர் என்ன?
க்வான்ஸா

ஈக் வடார் நாட்டின் தலைநகர் எது?
க்யூடோ

பெருநாட்டின் நாணயம் எது?
இன்டி

தோரியம் யாரால் கண்டறியப்பட்டது?
பெர்சிலியம் என்பவரால் 1828ல்

சிர்கோனியம் யாரால் கண்டறியப்பட்டது?
கிளாப்ரோத் என்பவரால் 1789ல்

இந்திய மண்ணிலிருந்து (தும்பாவிலிருந்து) ஏவப்பட்ட அமெரிக்க ஏவுகலம் எது?
நைதி அப்பாச்சி

விண்ணைச் சுற்றி விட்டு பூமிக்கு திரும்பிய முதல் செயற்கைக் கோளின் பெயர் எது?
டிஸ்கவரர் 13

பிரஞ்சு கயானாவிலிருந்து ஏவப்பட்ட இந்திய கலம் எது?
ஆப்பிள்

அபிரம் கனிமம் எங்கு கிடைக்கிறது?
மாஸ்கிர்

தோரியம் எங்கு கிடைக்கிறது?
திருவாஸ்கூர்

எந்த சத்து இரத்தசோகை நீக்குகிறது?
இரும்பு

பழத்தின் இனிப்பிலிருந்து பெறப்படும் சர்க்கரை எது?
மோனோ சேக் ரைடு

டீ, காபியில் சேர்க்கப்படும் சர்க்கரை எவ்வகையை சேர்ந்தது?
டை சேக்ரைட்

ஹிட்லரை சந்தித்துப் பேசிய ஒரே தமிழர் யார்?
ஜி.டி. நாயுடு

அயோத்தி எந்த நதிக்கரையில் உள்ளது?
சரயு

கஸ்தூரிபாய் உயிர் நீத்த இடம் எது?
பூனாவில் உள்ள ஆகாகான் அரண்மனை

ஒலிம்பிக் கொடியில் காணப்படும் ஐந்து வளையங்கள் எதைக் குறிக்கின்றன?
ஐந்து கண்டங்களை

பறக்கும் சீக்கியர் என்று புகழப்பபட்ட இந்திய ஓட்ட பந்தய வீரர் யார்?
மில்காசிஸ்

ஐக்கிய நாடுகளின் முதல் பொதுச் செயலாளர் யார்?
ட்ரைக்வெலீ

உலகில் மிக உயரமான எரிமலை எது?
தென் அமெரிக்காவில் உள்ள கடபாக்ஸி

சூயஸ் கால்வாய் எந்த ஆண்டு திறக்கப்பட்டது?
1869

இந்தியாவின் தேசியக் கொடியை உருவாக்கியவர் யார்?
பிஸ்கலி வெங்கையா

ரஷ்ய பாராளுமன்றத்தின் பெயர் என்ன?
சுப்ரீம் சோவியத்

போர்ட்லூயி என்பது எந்த நாட்டின் தலைநகர்?
மொரிஷிலஸ்

சயின்ஸ் என்ற சொல்லை முதலில் உருவாக்கியவர் யார்?
வில்லியம் வேவெல்

கண்களிலிருந்து பார்வை இல்லாத பிராணி எது?
வௌவால்

முன்னும் பின்னும் பறக்கக் கூடிய பறவையினம் எது?
ஹம்மிங் பேர்டு

கிரகங்களில் எது இரண்டாவதாக அதிக ஒளி வீசுகிறது?
வியாழன்

மனிதனைப் போல குறட்டை விடும் மிருகம் எது?
நாய்

பாரிஸில் உள்ள ஈபில் டவரைக் கட்டியவர் யார்?
குண்டல் ஈபில்

இந்தியாவின் வானவியல் சாஸ்திரத்தின் முன்னோடி யார்?
ஆரியபட்டா

பாராசூட்டில் குதித்த முதல் இந்திய பெண் யார்?
கேப்டன் சந்திரா

சர்வதேச அணுசக்தி நிறுவனத்தின் தலைமையகம் எங்கேயுள்ளது?
வியன்னா

இந்தியாவின் முதன் மந்திரியான முதல் பெண்மணி யார்?
திருமதி சுசிதா கிருபாளினி

முதல் முதலில் அஞ்சல் அட்டையை அறிமுகப்படுத்திய நாடு எது?
ஆஸ்திரியா

ஆங்கிலக் கால்வாயைக் கடந்த முதல் ஆசியப் பெண்மணி யார்?
ஆர்த்திஸர்ஷா

விலை மாதர்கள் சீருடை அணிய வேண்டும் என்று சட்டம் உள்ள நாடு எது?
கனடா

1991ல் நேரு சமாதான விருது பெற்றவர் யார்?
அருணா ஆஸப் அலி

1984ல் நேரு சமாதான விருது பெற்றவர் யார்?
திருமதி இந்திராகாந்தி

பென் - குரியன் எந்த நாட்டைச் சேர்ந்தவர்?
போலந்து

உகாண்டாவில் ராணுவப் புரட்சி நடத்தி நாட்டைக் கைப்பற்றியவர் யார்?
இடி அமீன்

யூதர்களை இருட்டறையில் பூட்டி விஷப்புகையால் 50 லட்சம் பேரைக் கொன்றவர் யார்?
ஹிட்லர்

ஹிட்லரின் மனைவி பெயர் என்ன?
ஈ.வா. பிரவுன்

சதாம் உசேன் பெற்றோர் யார்?
சுபாதுல்லா; ஹுசைன் அப்துல் மஜீத்

முசோலினியின் மனைவி யார்?
கிளாரா

ஹோ-சி-பின் எந்த நாட்டுத் தலைவர்?
வியட்நாம்

ட்ரூமன் எந்த நாட்டு ஜனாதிபதி?
அமெரிக்கா

ஹிரோசிமா நகரின் கல்லறையில் எத்தனை பெயர் பொறிக்கப் பட்டுள்ளன?
138890

ஜோஸப் மாஜினி எந்த நாட்டுக்காரர்?
ஜெனோவா

அல்ஜீரிய விடுதலைக்கு போராடியவர் யார்?
பென்பெல்லா

எய்கர் டிபுலரியஸ் என்ன வகை உயிரினம்?
பழங்கால நண்டு வகை

தூரப்பார்வை உள்ள சிறப்பான பூச்சி எது?
வண்ணத்துப்பூச்சி

மனிதத் தலை எத்தனை எலும்புகளால் ஆனது?
22 எலும்பு

கைக்கடிகாரங்களில் உள்ள ஹேர்ஸ்பிரிஸ் எதனால் தயாரிக்கப் பட்டது?
பன்றியின் ரோமத்தால்

மைக்கேல் ரீட் ஆங்கிலக் கால்வாயை எத்தனை முறை நீந்திக் கடந்திருக்கிறார்?
31 முறை

உலகின் முதல் சிறுநீரக மாற்று அறுவை சிகிச்சை யாரால் நடத்தப்பட்டது?
டாக்டர் ஹெச்-லாசெர்

சமண சமயத் தலைவர் மகாவீரர் எப்போது பிறந்தார்?
கி.மு. 594ல்

மார்கோனி எந்தக் கருவியைக் கண்டுபிடித்தார்?
வானொலி

மைக்கேல் ஏஞ்சலோ எங்கே பிறந்தார்?
காப்ரீஸில்

உயிரியல் கோட்பாட்டின் தந்தை யார்?
சார்லஸ் டார்வின்

ஆப்கானிஸ்தான் பாராளுமன்றத்தின் பெயர் என்ன?
ஷோரா

ஜாக்குலின் சூஸன் எந்த நாட்டு நாவலாசிரியை?
அமெரிக்கா

15 அடி நீளமுள்ள ஒரு மரச்சுருளில் எழுதப்பட்ட குடியரசு புத்தகத்தை எழுதியது யார்?
பிளாட்டோ

பண்டைய சீன மக்களின் மழைக் கடவுளின் பெயர் என்ன?
லுங்வாஸ்

உலகின் மிகப் பெரிய சூரியக் கடிகாரம் எங்குள்ளது?
எகிப்து நாட்டில்

எவரெஸ்ட் சிகரத்தை அடைந்த முதல் பெண்மணி யார்?
பாஸ்டாங் வாஷெர்பா

காட்பை என்ற புத்தகம் யாரால் எழுதப்பட்டது?
எர்னஸ்ட் ரைட்

ஒரே நாளில் மூன்று ஜனாதிபதிகள் பணியாற்றிய நாடு எது?
மெக்ஸிகோ

காது கேட்காத உலக இசைஞானி யார்?
பீதோவன்

முதலாம் எட்வர்ட் மன்னருக்கு எத்தனை குழந்தைகள்?
18

எதிரிகளின் மண்டை ஓடுகளில் மதுபானம் ஊற்றிக் குடித்த மன்னன் யார்?
காலி கூலா

ரோமாபுரி எரிந்த போது பிடில் வாசித்தவர் யார்?
நீரோ

டெல்டா நீர்வீழ்ச்சி எங்குள்ளது?
கனடா

சிவசமுத்திரம் நீர்வீழ்ச்சி எங்குள்ளது?
இந்தியா

உகாண்டாவின் தலைநகரம் எது?
காம்பாலா

ஸ்பெயின் தலைநகரம் எது?
மாட்ரிட்

நைஜீரியா தலைநகரம் எது?
லாகோஸ்

சௌதி அரேபியா தலைநகரம் எது?
ரியாத்

கயானா தலைநகரம் எது?
ஜியார்ஜ் டவுன்

ஏமன் தலைநகரம் எது?
ஸானா

காலால் மிதித்து இயக்கக்கூடிய தையல் இயந்திரத்தை கண்டு பிடித்தவர் யார்?
சிங்கர்

இரத்தத்தில் உள்ள நிறமற்ற திரவத்தின் பெயர் என்ன?
பிளாஸ்மா

குளோராபாம் என்னும் மருந்தை கண்டுபிடித்தவர் யார்?
ஜேம்ஸ் சிம்ஸன்

சீன பெருஞ்சுவரைக் கட்டியவர் யார்?
கின்ஷி.ஹிவாங்

டைகோ பிராக் எதற்குப் புகழ் பெற்றவர்?
வானசாஸ்திரம்

புழுதிப் புயல் நிறைந்த கிரகம் எது?
செவ்வாய்

விடிவெள்ளி என்றழைக்கப்படும் கிரகம் எது?
சுக்கிரன்

ஸ்கைலாப் என்பது என்ன?
விண்வெளி ஆராய்ச்சிக் கூடம்

பிரான்ஸ் நாட்டின் தேசிய மலர் எது?
லில்லி

சாக்ரடீஸ் எந்த விஷத்தால் கொல்லப்பட்டார்?
ஹெம்லாக்

கௌரவர் 100 பேர்களுடன் பிறந்த சகோதரி பெயர் என்ன?
துச்சலை

ஐநாசபைக்கு அப்பெயர் இட்டவர் யார்?
அமெரிக்க ஜனாதிபதி ரூஸ்வெல்ட்

உலக ஓசோன் தினம் எது?
செப்டம்பர் 16

உலகச் சுற்றுச்சூழல் தினம் எது?
ஜீன் 5

சவ்வூடு பரவலின் அழுத்தங்களை அளக்கும் கருவி எது?
ஆஸ்மோ மீட்டர்

ஒலியலைகளை மின்னாற்றலாக மாற்றும் கருவி எது?
மைக்ரோபோன்

எட்டயபுரம் யாரை நினைவூட்டும்?
பாரதியார்

ட்ரபால்கர் யாரை நினைவூட்டும்?
நெல்சன்

மெக்கா யாரை நினைவூட்டும்?
நபிகள் நாயகம்

லும்பினி யாரை நினைவூட்டும்?
கௌதம புத்தர்

பதேபூர்சிக்ரி யாரை நினைவுபடுத்தும்?
அக்பர்

வாட்டர்லூ யாரை நினைவுபடுத்தும்?
நெப்போலியன்

ஜெருசலம் யாரை நினைவுபடுத்தும்?
இயேசு கிறிஸ்து

ஐராவதி நதி சேரும் இடம் எது?
வங்காள விரிகுடா

ஜேம்ஸ் நதி எங்கே சேர்கிறது?
மிஸௌரி

டார்லிங் நதி சேரும் இடம் எது?
முர்ரே

கங்கை எங்கே சேருகிறது?
வங்காள விரிகுடா

டாலர் எந்த நாட்டு நாணயம்?
அமெரிக்கா

சீனாவின் நாணயம் எது?
யுவான்

பாக்ஜல சந்தியை நீந்திக் கடந்த முதல் நீச்சல் வீரர் யார்?
மெகிர்சன்

டில்லியில் உள்ள செங்கோட்டையைக் கட்டியவர் யார்?
ஷாஜகான்

நமது உடலின் செல்களில் உள்ள உயிர்ப்பொருள் எது?
புரோட்டோ பிளாசம்

சூயஸ் கால்வாய் எந்த ஆண்டு திறக்கப்பட்டது?
1869

நீரில் அதிகமாகக் கரையும் வாயு எது?
அமோனியா

காலில் கண்ணுள்ள பூச்சி எது?
வெட்டுக்கிளி

வந்தே மாதரம் பாடலை இயற்றியவர் யார்?
பங்கிம் சந்திர சட்டர்ஜி

கிரிக்கெட் மட்டை எந்த மரத்தில் செய்யப்படுகிறது?
வில்லோ

பஞ்ச தந்திரக் கதைகளை எழுதியவர் யார்?
விஷ்ணுசர்மா

ஹேம்லட் நாடகத்தை எழுதியவர் யார்?
ஷேக்ஸ்பியர்

சீனமொழியில் எத்தனை எழுத்துக்கள் உள்ளன?
1500 எழுத்துக்கள்

கிரேட் பிரிட்டனை ஆண்ட முதல் மன்னன் யார்?
முதலாம் ஜேம்ஸ்

இலங்கைக்கு நட்புப் பரிசாக இந்தியா அளித்த தீவு எது?
கச்சத்தீவு

அமெரிக்க அடிமை முறையை ஒழித்தவர் யார்?
ஆபிரகாம் லிங்கன்

இங்கிலாந்தை ஆண்ட முதல் மன்னன் யார்?
எக்பர்ட்

உலக எய்ட்ஸ் தினம் எது?
டிசம்பர் 1

சுவிட்சர்லாந்தின் தலைநகரம் எது?
பெர்ன்

இந்தியாவின் மீது முதன் முதலில் படையெடுத்த ஐரோப்பியர் யார்?
மகா அலெக்சாண்டர்

உலக எழுத்தறிவு ஆண்டு எது?
1990

கடைசி முகலாயப் பேரரசர் யார்?
பகதூர்ஷா

இங்கிலாந்தின் முதல் பிரதமர் யார்?
வால்போல்

முதன் முதலாக கிரிக்கெட் மட்டையை வடிவமைத்தவர் யார்?
ஜான்ஸ்மால்

ஜாம்பியாவின் பழைய பெயர் என்ன?
வட ரொடிஷியா

ரஷ்யாவின் பழைய பெயர் என்ன?
சோவியத் யூனியன்

ஈராக்கின் பழைய பெயர் என்ன?
மெஸபடோமியா

பாரசீகம் தற்போது என்ன பெயரில் அழைக்கப்படுகிறது?
ஈரான்

பாலஸ்தீனத்தின் புதிய பெயர் என்ன?
இஸ்ரேல்

அதிக எடையுள்ள மூளை எந்த மிருகத்திடம் உள்ளது?
ஸ்பேர்ம் திமிங்கலம்

வெள்ளை ரத்தம் கொண்ட பிராணி எது?
வெட்டுக்கிளி

எந்த விலங்கு விசில் சத்தம் போடுகிறது?
டால்ஃபின்

டைனோசர் எந்த இனத்தைச் சேர்ந்தது?
பல்லி இனம்

நீந்தத் தெரியாத மிருகம் எது?
ஒட்டகம்

எட்டு மாதங்கள் தொடர்ந்து பறக்கும் பறவை எது?
சூட்டிடெர்ன்

உலகிலேயே அதிகமான யானைகள் வாழும் கண்டம் எது?
ஆப்பிரிக்கா கண்டம்

காந்தி இர்வின் ஒப்பந்தம் எந்நாளில் ஏற்பட்டது?
4.3.1931

இந்திரா காந்திக்கு எங்கே திருமணம் நடந்தது?
அலகாபாத்

சவுதி அரேபியாவின் முந்தைய பெயர் என்ன?
ஹெஜாஸ்

இயற்பியலுக்கான முதல் நோபல் பரிசு பெற்றவர் யார்?
வில் ஹெல்ம் கான்ராட் ரோண்ட்ஜன்

ஆஸ்திரேலிய காமன்வெல்த் அமைப்பின் முதல் பிரதம மந்திரி யார்?
எட்மண்ட் பர்ட்டன்

இங்கிலாந்து ராணி விக்டோரியா இறக்கும்போது அவர் வயது என்ன?
82

ரஷ்ய வரலாற்றில் ரத்த ஞாயிறு என வருணிக்கப்படும் நாள் எது?
22.1.1905

ஜான்டோர்ரி தாவரவியலார் எந்த நாட்டுக்காரரர்?
அமெரிக்கா

ராஜஸ்தானின் மலர் என்று புகழப்படும் பெண்ணரசி யார்?
உதயபுரி பெண்ணரசி கிருஷ்ணகுமாரி

மதுரை பால கானசபா உரிமையாளர் யார்?
யதார்த்தம் பொன்னுச்சாமி பிள்ளை

ஸ்ரீ கிருஷ்ணகானசபா உரிமையாளர் யார்?
சாமி நாயுடு

டெரிக் வால்காட் எந்த நாட்டு நாடகாசிரியர்?
செயின்ட் லூசிகா

யூஜின் ஓநீல் எந்த நாட்டு நாடகாசிரியர்?
அமெரிக்கா

1965ல் நேரு சமாதான விருது பெற்றவர் யார்?
ஊதாண்ட்

1980ல் பாரத ரத்னா விருது பெற்றவர் யார்?
மதர் தெரஸா

ராஜீவ் காந்தி எந்த ஆண்டு பாரத ரத்னா விருது பெற்றார்?
1990 (இறந்த பின்பு)

அந்தமான் சிறை தேசிய சின்னமாக்கப்பட்ட ஆண்டு எது?
11.2.1979

அருணாசலப் பிரதேசம் தனி மாநிலமானது எப்போது?
20.2.1987

ஆஸ்திரேலியாவின் தொழிலாளர் தினம் எப்போது?
14.3.1993

கவியோகி சுத்தானந்த பாரதி எந்த வயதில் காலமானார்?
97ம் வயதில்

11.2.1977ல் இந்தியாவின் ஜனாதிபதியாக பதவியேற்றவர் யார்?
பக்ருதீன் அலி அகமது

நடிகர் திலகம் சிவாஜி கணேசனுக்கு பத்மஸ்ரீ விருது கொடுத்த ஆண்டு எது?
26.1.1976

க்வான் டாஸ் எம்பயர் ஏர்வேஸ் எந்த நாட்டுக்குரியது?
ஆஸ்திரேலியா

பான் அமெரிக்கன் ஏர்வேஸ் எங்கே உள்ளது?
அமெரிக்கா

கருடா ஏர்லைன்ஸ் யாருக்கு சொந்தம்?
இந்தோனேஷியா

சபினா யாருக்குச் சொந்தம்?
பெல்ஜியம்

டின்ஏர் எந்த நாட்டுக்குரியது?
பின்லாந்து

காதே பசிபிக் எங்கே உள்ளது?
ஹாங்காங்

பிரிட்டிஷ் ஏர்வேஸ் எங்கே உள்ளது?
இங்கிலாந்து

பெண்டகன் எங்கே உள்ளது?
அமெரிக்கா

பார்த்தினான் கோயில் எங்கே உள்ளது?
அக்ரோ போலீஸ்

ஹிமேஜி காப்பரண் எங்கே உள்ளது?
ஜப்பான்

ஜேம்ஸ் மாளிகை எங்கே உள்ளது?
இங்கிலாந்து

இந்தியாவின் நுழைவாயில் எங்கே உள்ளது?
மும்பை

வெள்ளை மாளிகை எங்கே உள்ளது?
அமெரிக்கா

நெப்டியூன் கோயில் எங்கே உள்ளது?
பொனிடோன்

'Spirits of laws' நூலை எழுதியவர் யார்?
மாண்டெஸ்க்கு

ரூசோ எங்கே பிறந்தார்?
ஜெனிவா

சமுதாய ஒப்பந்தம் நூலை வெளியிட்டவர் யார்?
ரூசோ

கார்டிலியர் சங்கத்தின் தலைவர் யார்?
டாண்டன்

பிரான்ஸ்விக் கோமகன் எந்த நாட்டு படைத்தளபதி?
பிரஞ்சு நாட்டு படைத்தளபதி

தலையை வெட்டும் இயந்திரம் முதன் முதலில் எப்போது பயன் படுத்தப்பட்டது?
பிரஞ்சுப் புரட்சியின் போது

நெப்போலியன் எங்கே பிறந்தார்?
கார்சிகா தீவில் அஜாசியோ நகரில்

கார்சிகா தீவை ஜெனோ அரசு யாருக்கு கொடுத்தது?
பிரான்சுக்கு

நெப்போலியன் எங்கே இறந்தார்?
செயின்ட் ஹெலனா

நெப்போலியன் எந்த ஆண்டு பேரரசரானார்?
1804ம் ஆண்டு

குதுப்மினார் கோபுரம் எங்கேயுள்ளது?
குதுப்மினார்

நாளந்தா பல்கலைக்கழகம் எங்கேயுள்ளது?
இராசக்கிருகம்

சிண்டன் தேவாலயம் எங்கே உள்ளது?
வாட்டிகன்

விக்டோரியா நினைவுச் சின்னம் எங்கே உள்ளது?
கொல்கத்தா

திம்பு எந்த நாட்டின் தலைநகர்?
பூடான்

நிகோனியா எந்த நாட்டின் தலைநகர்?
சைப்ரஸ்

எகிப்து நாட்டின் தலைநகர் எது?
கெய்ரோ

ரங்கூன் எந்த நாட்டின் தலைநகர்?
பர்மா

ஈராக்கின் தலைநகர் எது?
பாக்தாத்

வார்ஸா எந்த நாட்டின் தலைநகர்?
போலந்து

லிஸ்பன் எந்த நாட்டின் தலைநகர்?
போர்சுகல்

பாங்காக் எந்த நாட்டின் தலைநகர்?
தாய்லாந்து

ஏஞ்சல் நீர் வீழ்ச்சி அமைந்துள்ள நாடு எது?
வெனிசுலா

ஜோக் நீர் வீழ்ச்சி அமைந்துள்ள நாடு எது?
இந்தியா

பாந்தர் நீர் வீழ்ச்சி அமைந்துள்ள நாடு எது?
கனடா

ஈடன் கார்டன் ஸ்டேடியம் எங்கே உள்ளது?
கொல்கத்தா

கிரீன்பார்க் ஸ்டேடியம் எங்கே உள்ளது?
ஜாம் ஜட்பூர்

தேசிய விளையாட்டு தினம் எது?
ஆகஸ்ட் 29

தேசிய தபால் தினம் எது?
அக்டோபர் 10

வறுமை ஒழிப்பு தினம் எது?
நவம்பர் 1

நிறமாலையைப் புகைப்படம் எடுக்கும் கருவி எது?
ஸ்பெக்ட்ராக்ராப்

பாலின் திடத் தன்மையை அளக்க உதவும் கருவி எது?
லாக்டோ மீட்டர்

விமானங்களால் உயரத்தை அளக்கும் கருவி எது?
ஆல்டி மீட்டர்

சூழ்நிலை அழுத்தத்தை அளக்கும் கருவி எது?
பாராமீட்டர்

சோடியா எந்த நாட்டின் தலைநகர்?
பல்கேரியா

திரானா எந்த நாட்டின் தலைநகர்?
அல்பேனியா

ஒட்டாவா எந்த நாட்டின் தலைநகர்?
கனடா

ஆஸ்திரேலியாவின் தலைநகர் எது?
கான்பெரா

இந்தியத் திரைப்படத் தந்தை என்று போற்றப்பட்டவர் யார்?
தாதா சாகேப் பால்கே

இந்தியாவின் முதல் ஒலியில்லா திரைப்படம் எது?
ராஜா ஹரிச்சந்திரா

சாப்ளின் இயக்கிய முதல் படம் எது?
மேக்கிங் எலிவிஸ்

பெர்க்கிமென் இயக்கிய முதல் திரைப்படம் எது?
க்ரைஸிஸ் 1945

ஸ்லோ மோஷன் காட்சியை திரையில் முதலில் புகுத்தியவர் யார்?
நிக்கோலஸ் ரோக்

கார்ட்டூன் சினிமாவின் தந்தை யார்?
வால்ட் டிஸ்னி

ஜுராசிக் பார்க் படத்தின் தயாரிப்பாளர் யார்?
ஸ்டீபன் ஸ்பெல் பெர்க்

நீராவி உலைகளின் வெப்ப அழுத்தத்தை அளக்கும் கருவி எது?
போர்டன் காஜ்

வாயுப் பொருளின் அடர்த்தியளவைத் தீர்மானிக்கும் கருவி எது?
டெசி மீட்டர்

திரவங்களின் அடர்த்தியை அளக்க உதவும் கருவி எது?
ஹைட்ரோ மீட்டர்

வோல்ட்டேஜ் வேறுபாடுகளை அளக்க உதவும் கருவி எது?
எலக்ட்ரோ மீட்டர்

எந்திர ஆற்றலை மின்னாற்றலாக மாற்றித் தரும் மின்னாக்கி எது?
டைனமோ

ஆதிசங்கரர் பத்ரிநாத் ஆலயத்தில் சிருஷ்டித்த உருவச்சிலை எது?
ஸ்ரீ பத்ரி நாராயணர்

கம்யூட்டர் வரிசையில் மைக்ரோ ஸாஃப்ட்வேரின் உரிமையாளர் யார்?
பில்கேட்ஸ்

இயன் தாப்ரே எந்த விளையாட்டுடன் தொடர்புடையவர்?
நீச்சல் வீரர்

வீனஸ் அடோனிஸ் எழுதியவர் யார்?
ஷேக்ஸ்பியர்

மக்களாட்சியை முதன் முதலில் நிறுவிய கிரேக்க நகர அரசு எது?
ஏதென்ஸ்

குவாலியர் எந்த ஆண்டில் மொகலாயர் ஆதிக்கத்தின் கீழ் வந்தது?
1526

1996ம் ஆண்டிற்கான காந்தி சமாதான விருதினைப் பெற்றவர் எந்த நாட்டைச் சேர்ந்தவர்?
பிரான்ஸ்

ரோமானிய உயர் குடிமக்களின் பெயர் என்ன?
பெட்ரிஷியர்

சைபீரியாவில் உள்ள காடுகள் பெயர் என்ன?
டைகா

கூன்பாண்டியன் என்றழைக்கப்படும் மன்னன் யார்?
அரிகேசரி மாறவர்மன்

புராணத்தில் திரிசங்கு ஆண்ட நாடு எது?
அயோத்தி

ஆந்திர கேசரி என்ற பட்டப் பெயர் கொண்டவர் யார்?
டி.பிரகாசம்

பாண தீர்த்தம் எனப்படும் அருவி எந்த நதியுடன் தொடர்புடையது?
தாமிரபரணி

மின் தடையை அளக்கும் அலகின் பெயர் என்ன?
ஓம்ஸ்

ஸ்வேதாம்பரர், திகம்பரர் என்ற பிரிவுகள் எந்த சமயத்துள் ஏற்பட்டது?
சமண மதம்

அத்திமாலை அணியும் மன்னர் யார்?
சோழ மன்னர்

இந்தியாவின் கடற்கரைச் சாலையின் நீளம் எவ்வளவு?
7516.5 கி.மீ

கனிமம் பொருள் 'ஹேமடைட்' எந்த தாதுப்பொருள் தயாரிக்க முக்கிய மூலப் பொருளாகும்?
இரும்பு

வாஷிங்டன் அமெரிக்காவின் தலைநகரமானது எந்த ஆண்டு?
1800ம் ஆண்டு

கௌதமரின் சாபத்தால் கல்லான ரிஷிபத்தினி யார்?
அகலிகை

மைக்கேல் காஸ்ப் ரோவிக்ஸ் எந்த நாட்டு கிரிக்கெட் வீரர்?
ஆஸ்திரேலியா

இயக்குநர் பாரதிராஜாவின் இயற்பெயர் என்ன?
சின்னசாமி

தூக்கணாங் குருவிகள் தன் கூட்டில் வெளிச்சம் ஏற்பட என்ன பூச்சிகளை மண்ணில் ஒட்டி வைக்கின்றன?
மின்மினிப் பூச்சிகளை

தூங்கும்போது குறட்டை வருவதற்கான காரணத்தைக் கண்டறிந்தவர் யார்?
டாக்டர் பெரிகிகோஸ்

அஸ்ஸாம் மாநிலத்திலுள்ள தீவிரவாதிகள் யார்?
உல்ஃபா தீவிரவாதிகள்

பட்டு உற்பத்திக்கு கல்கத்தாவில் புகழ்பெற்ற இடம் எது?
முர்ஷிதாபாத்

ஒடிஸி எனும் நூலில் குறிப்பிடப்படும் நாகரீகம் எது?
கிரேக்க நாகரீகம்

புராணத்தில் தென் திசையில் விசுவாமித்திரர் உருவாக்கிய மண்டலம் எது?
சப்தரிஷி மண்டலம்

மலையாள மொழித் திரைப்பட வரலாற்றில் முதல் பேசும் படம் எது?
பாலன்

ரூர்கேலா எந்த மாநிலத்தில் உள்ளது?
பீஹார்

முதல் புத்த சமய மாநாடு எங்கு நடைபெற்றது?
ராஜக்ருஷம்

1996ம் ஆண்டு ஒலிம்பிக் விளையாட்டுப் போட்டி எந்த நாட்டில் நடைபெற்றது?
அட்லாண்டா

இராமானுஜரின் முதல் சீடர் யார்?
முதலியாண்டான்

26வது உலகத் திரைப்பட விழா எந்த இடத்தில் நடைபெற்றது?
மும்பை

தீண்டாமை எதிர்ப்பு இயக்கத்தை துவக்கியவர் யார்?
அம்பேத்கர்

இந்தியக் கலையும் கிரேக்கக் கலையும் சேர்ந்த புதுக்கலை எது?
காந்தாரக் கலை

கனிஷ்கர் காலத்தில் ஏற்பட்ட புத்த மதப் பிரிவு எது?
மஹாயானம்

ராஜமல்லன் என்று குறிப்பிடும் மன்னன் யார்?
முதலாம் பரமேஸ்வரவர்மன்

இந்திரனின் உடம்பெல்லாம் ஆயிரம் பெண்குறிகள் தோன்றும்படி சாபமிட்டது யார்?
கௌதம முனிவர்

ரிச்சர்ட் பைபஸ் எந்த நாட்டின் கிரிக்கெட் கோச்சர்?
பாகிஸ்தான்

கூடுகளே கட்டாமல் இயற்கை வசமாக மரப்பொந்துகளில் வாழும் பறவை எது?
கிளி

சார்க் (SAARC) கமிட்டியில் உறுப்பினராக இல்லாத நாடு எது?
மியான்மார்

பகீரதனுக்காக தன் சடையில் சிவன் யாரைத் தாங்கினார்?
கங்கையை

இந்தியாவின் முதல் போஸ்ட் மாஸ்டர் ஜெனரல் யார்?
ஸ்ரீ ராய் பஹதூர் சாலிக்ராம்

காந்தாரக்கரை எந்த சமயத்தினரின் கலையாகும்?
புத்த சமயக்கலை

டையாலிசிஸ் யாருக்கு கொடுக்கப்படுகிறது?
சிறுநீரக நோயாளிகளுக்கு

சான்பிரான்ஸிஸ் கோவிற்கு வழங்கப்பட்டுள்ள சிறப்புப் பட்டப் பெயர் என்ன?
தங்க நுழைவாயில் நகரம்

அட்சகுமாரன் என்று அழைக்கப்படுபவன் யார்?
இராவணனின் மைந்தன்

செஸ்போர்டில் உள்ள வெள்ளைக் கட்டங்கள் எத்தனை?
32

மோனாஸைட் எந்த உலோகத்தின் மூலம் ஆகும்?
தோரியம்

கௌதம புத்தரின் இயற்பெயர் என்ன?
சித்தார்த்தர்

பாரதியாரின் பாடல் முதலில் அரங்கேறிய திரைப்படம் எது?
மேனகா

இத்தாலி நாட்டின் முதல் பெண் மருத்துவர் யார்?
மரியா மாண்டிசோரி

கொல்லி மலையில் அமைந்திருக்கும் பிரபல நீர்வீழ்ச்சியின் பெயர் என்ன?
ஆகாய கங்கை

மலையாள மொழியில் வெளிவந்த முதல் நாவல் எது?
குந்தலதா

விசாரணக்கமிஷன் எனும் நாவலுக்கு கிடைத்த விருது எது?
சாகித்ய அகாடமி விருது

புத்தர் தம் கொள்கைகளை முதன் முதலில் போதித்த இடம் எது?
சாரநாத்

அல்பேனியாவின் தலைநகரம் எது?
திரானா

கிரண்பேடி எந்த மத்தியச் சிறைச்சாலை கைதிகளைத் திருத்தினார்?
திஹார்

சுதந்திரப் போராட்டம் தொடர்பாக அமரர் கல்கி எழுதிய நாவல் எது?
அலை ஓசை

எந்த இடத்தில் குங்குமப் பூ தோன்றியது?
பாரசீகம்

புத்தர் பிரான் எந்த இடத்தில் மரணமெய்தினார்?
குசிநகர்

துளசி மாடம் என்ற நாவலை எழுதியவர் யார்?
நா. பார்த்தசாரதி

வெள்ளை மலரைத் தேசிய மலராகக் கொண்ட நாடு எது?
கனடா

டென்மார்க்கின் தலைநகரம் எது?
கோபன் ஹேகன்

இருளில் ஒளிரக் கூடிய கனிமம் எது?
பாஸ்பரஸ்

கந்தபுராணத்தின் மூல நூல் எது?
ஸ்காந்தம்

பல்கேரியாவின் தலைநகரம் எது?
ஸோபியா

முதன் முதலில் காகிதத்தில் அச்சிடப்பட்ட நூல் எது?
பைபிள்

ஸ்ரீ நகர் வழியாய் பாயும் நதி எது?
ஜீலம்

எந்த மிருகத்திற்கு சுவை நரம்பு கிடையாது?
திமிங்கலம்

சென்னை மாநகராட்சியின் முதல் மேயர் யார்?
ராஜா. சர்.முத்தையா செட்டியார்

நூற்பு இயந்திரத்தை கண்டுபிடித்தவர் யார்?
சர் ரிச்சர்டு ஆர்க்ரைட்

சூடாமணி நிகண்டின் ஆசிரியர் யார்?
மண்டல புருஷர்

ஸ்புட்னிக் என்பது என்ன?
செயற்கைக்கோள்

இந்தியாவில் எந்த மாநிலத்தில் நிலக்கடலை அதிகம் உற்பத்தியாகிறது?
குஜராத்

ஃபிஜியின் தலைநகரம் எது?
சுவா

குளோராபாமை யார் கண்டுபிடித்தார்?
சிம்ஸன்

மீனாட்சியம்மை பிள்ளைத்தமிழ் பாடியவர் யார்?
குமரகுருபரர்

முகலாயப் பேரரசர் ஔரங்கசீபின் பெற்றோர் யார்?
ஷாஜகான் - மும்தாஜ்

பின்லாந்தின் தலைநகரம் எது?
ஹெல் ஸின்கி

பைஃபேர் லேடி என்ற நாவலை எழுதியவர் யார்?
பெர்னாட்ஷா

கந்தூரித் திருவிழா எந்த ஊரின் தர்காவில் நடைபெறுகிறது?
நாகூர்

பிரஞ்சுப் புரட்சியின் போது பிரான்சை ஆண்ட மன்னர் யார்?
பதினாறாம் லூயி

போலந்தின் தலைநகரம் எது?
வர்ஸா

தாலிபான்களின் மூத்தத் தலைவர் யார்?
முல்லா உம்மர்

நான் மணிக்கடிகை நூலை இயற்றியவர் யார்?
விளம்பி நாகனார்

உலக உணவு நாள் எந்த நாளில் கொண்டாடப்படுகிறது?
அக்டோபர் 16

ஞானசம்பந்தருக்கு அன்னை பார்வதி ஞானப்பால் ஊட்டியது எந்த ஊரில்?
சீர்காழி

ஈரானின் தலைநகரம் எது?

டெஹ்ரான்

எந்த மன்னரின் அவையில் அஷ்டப்ரதானிகள் இருந்தனர்?

சத்ரபதி சிவாஜி

ராஜாஜி எழுதிய இராமாயணத்தின் பெயர் என்ன?

சக்ரவர்த்தித் திருமகன்

பூமியிலிருந்து சூரியன் எத்தனை கிலோமீட்டர் தொலைவில் உள்ளது?

148800000 கி.மீ

அஜந்தா எத்தனை குகைக் கோயில்களைக் கொண்டது?

27

போர்ச்சுகலின் தலைநகரம் எது?

லிஸ்பன்

ஹரிஜன் சேவா சங்கத்தை நிறுவியவர் யார்?

மகாத்மா காந்தி

காற்றில் எத்தனை சதவிகிதம் நைட்ரஜன் உள்ளது?

80 சதவிகிதம்

சீவக சிந்தாமணி நூலை இயற்றியவர் யார்?

திருத்தக்கதேவர்

பூமிக்கு அருகில் உள்ள கோள் எது?

செவ்வாய்

வட கொரியாவின் தலைநகரம் எது?

யோங்யாங்

பி.வி.அகிலாண்டம் என்பவர் எந்தப் பெயரில் நாவல்கள் எழுதினார்?

அகிலன்

காவிரியும், கொள்ளிடமும் பிரியுமிடமாகிய முக்கொம்பு எங்குள்ளது?

திருச்சி

வாட்டர் லு போரில் தோற்றது யார்?

நெப்போலியன்

ஜுராஸிக் பார்க் எழுதியவர் யார்?

மைக்கேல் கிரிச்டன்

டீனியா என்பது விலங்கியலில் எதைக் குறிக்கிறது?
தட்டைப்புழு

புகழேந்திப் புலவர் எந்த சமயத்தைச் சேர்ந்தவர்?
வைணவம்

புவிகாந்தத்தின் வடதுருவம் பூமியின் எந்தத் திசையில் உள்ளது?
தென் திசையில்

புரதச்சத்துக்கள் எதனால் உற்பத்தியாகிறது?
அமினோ அமிலத்தால்

சீனக் குடியரசை தோற்றுவித்த கம்யூனிஸ்ட் தலைவர் யார்?
மாசேதுங்

களவழி நாற்பது நூலை இயற்றிய புலவர் யார்?
பொய்கையார்

இந்தியாவில் மக்கள் தொகை அதிகமுள்ள மாநிலம் எது?
உத்தரப்பிரதேசம்

'கிருஷி பண்டிட் விருது' எந்தத் துறை சாதனையாளர்களுக்கு வழங்கப்படுகிறது?
வேளாண்மைத்துறை

லிபியாவின் தலைநகரம் எது?
ட்ரிபோலி

தேசிய இத்தாலியை உருவாக்கத் தோன்றிய இரகசிய இயக்கம் எது?
கார்போனரி இயக்கம்

செஞ்சட்டையினர் என்றழைக்கப்பட்டவர் யார்?
கரியால்டி இயக்கத்தவர்

காந்தக் கேடயமாக எந்த இரும்பு பயன்படுகிறது?
தேனிரும்பு

இந்தியாவின் மிக உயர்ந்த இலக்கிய விருது எது?
ஞானபீடம்

ரபத் எந்த நாட்டின் தலைநகரம்?
மொரோகோ

கர்ணனுடன் தொடர்புடைய ஆபரணம் எது?
கவசகுண்டலம்

மாங்கனீசு உற்பத்தியில் முதலிடம் வகிக்கும் நாடு எது?
இந்தியா

ஜெயங்கொண்டார் பாடிய பரணி நூலின் பெயர் என்ன?
கலிங்கத்துப்பரணி

சவுதி அரேபியாவின் தலைநகரம் எது?
ரியாத்

காகித நாணயம் முதன் முதலில் எந்த நாடு அச்சடித்தது?
சீனா

பிரபல கவிஞர் ஷெல்லி எவ்வாறு இறந்தார்?
நீரில் மூழ்கி

ஜெய்ப்பூருக்கு சிறப்புப் பெயர் என்ன?
இளஞ்சிவப்பு நகரம்

உயர்தர ஜெலட்டின் எதிலிருந்து உருவாக்கப்படுகிறது?
ஐசிங்லாஸ்

திருமந்திரம் எழுதியது யார்?
திருமூலர்

அபுல்பாசல் எந்த மன்னரின் அவைப்புலவர்?
அக்பர்

கோமதி நதிக்கரையில் எந்த இடம் அமைந்துள்ளது?
லக்னோ

கடல் அலை மூலம் மின்சாரம் தயாரிக்கப்படும் இடம் எது?
குலசேகரப்பட்டினம்

வானவில்லில் இல்லாத நிறம் என்ன?
கறுப்பு

இடிதாங்கியைக் கண்டுபிடித்த விஞ்ஞானி யார்?
பெஞ்சமின் பிராங்க்ளின்

மணிமேகலை எனும் காவியம் எந்தச் சமயம் சார்ந்தது?
புத்த மதம்

நர்மதா நதி எந்தக் கடலில் கலக்கிறது?
அரபிக்கடல்

நைஜீரியாவின் தலைநகரம் எது?
லாகோங்

கதக் எந்த மாநிலத்தின் நாட்டியமாகும்?
உத்தரப்பிரதேசம்

தண்டலையார் சதகம் எனும் நூலை இயற்றியவர் யார்?
காத்தலிங்க கவிராயர்

கிரெஸ்கோ கிராஃப் கருவியைக் கண்டுபிடித்தவர் யார்?
ஜெ.சி. போஸ்

மாலை நட்சத்திரம் என்று அழைக்கப்படுவது எது?
குரு

உயிரியல் வல்லுநர் சார்லஸ் டார்வின் எந்த ஆண்டு பிறந்தார்?
1809

ஆஸ்திரேலியா நாட்டின் நாணயத்தின் பெயர் என்ன?
டாலர்

செயற்கை மழையை உண்டு பண்ண பயன்படுத்தப்படும் ரசாயணப் பொருள் என்ன?
சில்வர் அயோடைடு

நேபாள நாட்டு நாடாளுமன்றத்தின் பெயர் என்ன?
நேஷனல் பஞ்சாயத்

ஏழைகளின் சஞ்சீவி எனப்படுவது எது?
பூண்டு

அமேசான் காடுகள் எந்த நாட்டில் உள்ளது?
தென் ஆப்பிரிக்கா

சைப்ரஸ் நாட்டின் தலைநகரம் எது?
நிகோஸியா

பாபா சாஹேப் அம்பேத்கரின் இயற்பெயர் என்ன?
பீமாராவ்

சுதந்திர இந்தியாவின் முதல் பட்ஜெட்டை சமர்பித்தவர் யார்?
ஆர்.கே. சண்முகம்

மாலவன் குன்றம் எனப்படுவது எது?
திருப்பதி

பகவான் புத்தரின் முதன்மை மாணாக்கர் யார்?
ஆனந்தர்

நாம் உண்ணும் முட்டையில் புரோட்டீன் சத்து எங்கு அதிகம் காணப்படுகிறது?
வெள்ளைக்கருவில்

விரைவில் உலரும் வார்னிஷ்கள் எவை?
ஸ்பிரிட்

திருநாவுக்கரசரின் தாயார் பெயர் என்ன?
மாதினியார்

சீவகசிந்தாமணிக்கு உரை எழுதியது யார்?
நச்சினார்க்கினியர்

ஒரு ஜாமம் எனப்படுவது எத்தனை மணிநேரம்?
மூன்று மணிநேரம்

தெளிந்த சுண்ணாம்பு நீரைப் பால்போல் மாற்றும் வாயு எது?

கார்பன்டை ஆக்ஸைடு

டைனோமீட்டரின் உபயோகம் என்ன?
சக்தியை அளக்கும் கருவி

'ஜெராஸ்கோ போபியா' என்பது எந்த பயத்தைக் குறிக்கிறது?
வயோதிகம்

அனல்மிகு நிலக்கரியில் எத்தனை சதவிகிதம் கார்பன் உள்ளது?
90%

பெரிடாக்ஸின் எனப்படுவது எந்த வைட்டமின் மறுபெயர்?
வைட்டமின் பி

ஜூலியஸ் சீசரின் நம்பிக்கைத் துரோகியான நண்பர் யார்?
புரூட்டஸ்

குளோரோபில்ஸில் எந்தத் தாதுப் பொருள் உள்ளது?
ஸ்டரான்சியம்

அமிர்குஸ்ரு என்ன மொழி எழுத்தாளர்?
உருது

புக்கர் விருது பெற்ற இந்தியப் பெண் எழுத்தாளர் யார்?
அருந்ததிராய்

மின்னோட்டத்தை அளக்கும் அலகு என்ன?
ஆம்பியர்

வடமொழியில் முகுந்த மாலை என்ற இறை நூலை இயற்றியவர் யார்?
குலசேகர ஆழ்வார்

ஸ்ரீ ராமானுஜரின் குரு யார்?
திருக்கச்சி நம்பி

விங்கு மெட்டல் என்று எந்த உலோகத்துக்குப் பெயர்?
மக்னீசியம்

பீனாலிலிருந்து தயாரிக்கப்படும் பிளாஸ்டிக் பொருளின் பெயர் என்ன?
பேக்லைட்

காஷ்மீரின் சிறப்பையும் வரலாற்றையும் மையமாக் கொண்டு எழுதப்பட்ட நூல் எது?
ராஸதரங்கிணி

புத்த மதத்தில் மஹாயானப் பிரிவை ஏற்படுத்தியவர் யார்?
நாகார்ஜுனா

கிளிம்ஸஸ் ஆஃப் வேர்ல்டு ஹிங்டரி என்ற நூலின் ஆசிரியர் யார்?
ஜவஹர்லால் நேரு

யஜுர் வேதத்தில் எத்தனை பிரிவுகள் உண்டு?
இரண்டு

ஷார்ஜா எந்த நாட்டில் உள்ள நகரம்?
யுனைடெட் ஆப் எமிரேட்ஸ்

அகன்ற காவிரிக்கரை துறையைக் கொண்டுள்ள ஊரின் பெயரென்ன?
திருப்பராய் துறை

இல்டுமிஷ் யாருடைய தந்தை?
ரசியா சுல்தானா

காய்களைப் பழுக்க வைக்கும் வாயு எது?
அசிட்டிலின்

வைரஸை விட பல மடங்கு சிறிய கிருமி எது?
ப்ரியான்

சாதாரண உப்பின் ரசாயணப் பெயர் என்ன?
சோடியம் குளோரைடு

மகான் ரமானந்தரின் தலைசிறந்த சீடர் யார்?
கபீர்தாசர்

குளுக்கோஸ் மூலக்கூறுகள் எதில் உள்ளன?
லாக்டோஸ்

திருவகுப்பு என்ற நூலை அருளிச் செய்த மகான் யார்?
அருணகிரி நாதர்

உலகிலேயே மிகப் பெரிய கண்டம் எது?
ஆசியா

துருக்கி நாட்டின் செய்தி நிறுவனத்தின் பெயர் என்ன?
அனடோல் ஏஜன்சி

வைரஸ் பெருக்கத்தில் எந்த சுழற்சி பாக்டீரியாக்களை அழிக்கிறது?
லைட்டிக்

கணைக்கால் இரும்பொறையும், கோச்செங்கணனும் எந்த இடத்தில் போரிட்டனர்?
கழுமலம்

சக்ரவாகம் எனப்படுவது என்ன?
ஒரு ராகத்தின் பெயர்

உலகில் மிக அதிக மக்கள் தொகை கொண்ட நகரம் எது?
டோக்கியோ (ஜப்பான்)

கன்னியாகுமரியிலிருந்த கண்டம் எது?
லெமூரியா

இயந்திரத் துப்பாக்கியைக் கண்டுபிடித்தவர் யார்?
ரிச்சர்ட் ஹெட்லிங்

ஆப்பிரிக்கா கண்டத்தின் முதல் குடியரசு நாடு எது?
லைபீரியா

இண்டர் நெட்டின் தந்தை என்றழைக்கபடுபவர் யார்?
விண்டோன் செர்ஃப்

உலகின் இரண்டாவது உயர்ந்த கோபுரம் எது?
மிரத் கோபுரம் (ஆப்கானிஸ்தான்)

நம் உடலில் உண்டாகும் உட்கருச் சாற்றின் மறுபெயர் என்ன?
காரியோ ஸிம்ப்

பிரம்ம சமாஜத்தை நிறுவியவர் யார்?
ராஜாராம் மோகன்ராய்

விக்டோரியா மாகாணம் எந்த கண்டத்தில் உள்ளது?
ஆஸ்திரேலியா

ஆளுடைப் பிள்ளையார் எனப்படுபவர் யார்?
திருஞான சம்பந்தர்

தக்காளியில் எத்தனை சதவிகிதம் நீர் உள்ளது?
95%

பஞ்சாட்சரம் எனப்படுவது எது?
நமசிவாய

நெடுங்கிள்ளிச் சோழன் எந்த ஊரைத் தலைநகரமாகக் கொண்டு அரசாண்டான்?
ஆவூர்

பிஷன் சிங்பேடி எந்த விளையாட்டுடன் தொடர்புடையவர்?
கிரிக்கெட்

நைட்ரஜன்(ஞூஞூ) ஆக்ஸைடை சிதைக்கும் வேதிப்பொருள் எது?
பாஸ்பரஸ்

உலகிலேயே மிகப்பெரிய சிலுவை எங்கு நிறுவப்பட்டுள்ளது?
ஸ்கோப் ஜே

புராணத்தில் சிங்கமுகன் என்றழைக்கப்படுபவன் யார்?
சூரபத்மனின் தம்பி

சதுரங்க ஆட்டத்தில் மிகவும் சக்தி வாய்ந்த காய் எது?
ராணி

வாஜஸனீ என்பது எந்த யஜுர் வேதத்தின் மறு பெயர்?
சுக்லயஜுர் வேதம்

பாரசீகர்களின் புது வருடப் பிறப்புக்கு என்ன பெயர்?
நவ்ரோஸ்

சடாக்ஷரம் எனப்படுவது எது?
சரவணபவ

பேசும் படத்தை கண்டுபிடித்த திரைப்பட நிறுவனம் எது?
வார்னர் பிரதர்ஸ்

வைட்டமின் 12 க்கு மறுபெயர் என்ன?
சயனோ கோபால மைன்

உலகிலேயே அதிகமாக தேன் உற்பத்தி செய்யும் நாடு எது?
அமெரிக்கா

யானைக்கு நுகரும் நரம்பு எங்கு அமைந்துள்ளது?
யானையின் வாயில்

மகாத்மா காந்தியின் சுயசரிதையின் பெயர் என்ன?
சத்திய சோதனை

மார்ட்டின் ஸ்னீடன் என்பவர் யார்?
நியுஸிலாந்து கிரிக்கெட் அசோசியேஷன் தலைவர்

மயிலுக்கு போர்வை அளித்த வள்ளல் யார்?
பேகன்

திருநீலகண்டப் பெரும்பாணரின் மனைவி பெயர் என்ன?
மதங்க சூளாமணி

முதல் முதலில் மின்கலத்தை உருவாக்கியவர் யார்?
ஜார்ஜ் வோல்ட்டா

யாசர் அராபத் எந்த இயக்கத்தின் தலைவர்?
பாலஸ்தீன விடுதலை இயக்கம்

டாக்டிலோ கிராஃபி எனப்படுவது என்ன?
ரேகைகள் மூலம் துப்பறிதல்

விதவா விவாகம் சட்டம் எந்த ஆங்கில அதிகாரியின் ஆட்சி காலத்தில் இயற்றப்பட்டது?
கானிங் பிரபு

புராணத்தில் தேவ சேனாதிபதி என்பவர் யார்?
முருகன்

சூரபத்மனின் மகன் பெயர் என்ன?
பானுகோபன்

ஞான காண்டம் எனப்படுவது எது?
உப நிஷத்

பிரேசில் நாட்டில் பேசப்படும் மொழி எது?
போர்த்துகீஸ்

கந்தகம் நீரில் கரையுமா கரையாதா?
கரையாது

பாதரச சல்பேட்டின் நிறம் என்ன?
கறுப்பு

ஸ்கோலக்ஸ் எனப்படுவது என்ன?
நாடாப்புழுக்களின் தலைப்பாகம்

விண்வெளிக்கு சென்று வந்த முதல் இந்தியப் பெண்மணி யார்?
கல்பனா சாவ்லா

தேவதச்சன் எனப்படுபவர் யார்?
விஸ்வகர்மா

மதுரையில் நான்காம் தமிழ்ச்சங்கத்தை தோற்றுவித்தவர் யார்?
பாண்டித்துரைத் தேவர்

யோக சூத்ரம் எழுதியவர் யார்?
பதஞ்சலி முனிவர்

மிகப்பெரிய சுறாமீன் எது?
வேல்

தோலில் எந்தப் பகுதியில் ரத்தமண்டலம் அமைந்துள்ளது?
டெர்மிஸ்

'பேயர்' என்ற மருந்து நிறுவனம் எந்த நாட்டைச் சேர்ந்தது?
ஜெர்மனி

'அனஸ்தேசியா' இது எந்த மொழிச் சொல்?
கிரீக்

பெண் செம்மறியாட்டை எவ்வாறு கூறுவர்?
ஈவி

விண்வெளி ஆராய்ச்சிக் கல்வியின் பெயர் என்ன?
அஸ்ட்ரானமி

த்ரோம் பாஸிஸ் என்னும் நோய் உடலின் எதனுடன சம்பந்தப் பட்ட நோய்?
இரத்தம்

இன்று நாம் உபயோகிக்கும் காலண்டரை உருவாக்கியவர் யார்?
ஜூலியஸ் சீஸர்

அயோத்தியை தலைநகராகக் கொண்டு தசரதன் ஆண்ட நாடு எது?
கோசல் நாடு

காகிதங்களை வெட்டி ஒட்டி உருவங்களைத் தயாரிக்கும் கலைக்கு என்ன பெயர்?
ஓரிகாமி

கிரிக்கெட் எந்த நாட்டின் தேசிய விளையாட்டு?
ஆஸ்திரேலியா

மகாத்மா காந்தியின் தாயாரின் பெயர் என்ன?
புத்லி பாய்

ஸ்ரீரங்கம் கோயில் எத்தனை பிரகாரங்களைக் கொண்டுள்ளது?
ஏழு

அதியமான் எந்த நாட்டை ஆண்டு வந்தான்?
தகடூர்

பெப்ஸி கோப்பை எந்த விளையாட்டுடன் தொடர்புடையது?
கிரிக்கெட்

பாபருக்கும் பர்சியா நாட்டவருக்கும் நடந்த யுத்தத்தின் பெயர் என்ன?

கன்வா யுத்தம்

புகையும், கந்தக அமிலமும் கலந்து வரும் போது ஏற்படும் வாயு எது?

ஓலியம்

புராணத்தில் இராமாவதாரத்தில் லக்ஷ்மணனாக இருந்தது யார்?

ஆதிசேஷன்

சூடான் நாட்டின் தலைநகரம் எது?

கார்ட்டோம்

நாம் எழுதும் காகிதம் எந்த மூலப் பொருளாலானது?

செல்லூலஸ்

லட்சத் தீவுகள் எந்தக் கடலில் உள்ளது?

அரபிக்கடல்

அருணாசலப் பிரதேசத்தின் தலைநகர் எது?

இடா நகர்

இந்திய அரசியல் தலைவருள் 1948 ஆம் ஆண்டு சுட்டுக் கொல்லப் பட்டவர் யார்?

மகாத்மா காந்தி

மாணிக்க வாசர் அருளிய நூல் எது?

திருவாசகம்

மிருக வகைகளில் காண்டாமிருகத்திற்குப் பெயர் பெற்ற பூங்கா எது?

காசிரங்கா

அலிஷேர் எந்த விளையாட்டுடன் தொடர்புடையவர்?

கோல்ஃப்

ஸிநோ போஃபியா எனப்படுவது எதைக் கண்டு அஞ்சும் குணத்தின் பெயர்?

எலி

ஆசியாவின் நோபல் பரிசு என்று அழைக்கப்படுவது எது?

மகசேசே விருது

ரிப்பன் பிரபு எந்த ஆண்டுகளில் இந்தியாவின் கவர்னர் ஜெனரலாக இருந்தார்?

1880-84

ஆங்கிலப் படங்களுள் ‘டைட்டானிக்’ எத்தனை ஆஸ்கார் விருது களைப் பெற்றது?
பதினொன்று

திருநள்ளாரில் எந்தக் கடவுளுக்கு கோயில் உள்ளது?
சனி பகவான்

வில்லியம் ஷேக்ஸ்பியர் எந்த நூற்றாண்டில் வாழ்ந்தார்?
பதினாறாம் நூற்றாண்டு

ரஷ்யப் புரட்சியை தலைமை ஏற்று நடத்தியவர் யார்?
லெனின்

தீயூட்டும் சிக்கி முக்கிக்கல் எங்கு கண்டறியப்பட்டது?
சாயற்புரம்

நைட்டிரஜன் IV ஆக்ஸைடு வாயு எந்த நிறத்தில் இருக்கும்?
செம்பழுப்பு

வெள்ளை வில்லிமலர் எந்த நாட்டின் தேசிய சின்னம்?
கனடா

சிவபெருமானால் இந்திரனுக்கு கொடுக்கப்பட்ட வில்லின் பெயர் என்ன?
இந்திர தனுசு

ஐம்பெரும் காப்பியங்களில் ஒன்றாகிய குண்டலகேசி எந்த மதத்தை அதிகமாக விவரிக்கிறது?
புத்த மதம்

கௌரவர்களில் கடைசி சகோதரன் யார்?
விகர்ணன்

ஹிந்தி மொழியில் விநய பத்ரிகா என்ற நூலைப் படைத்த மகான் யார்?
துளஸிதாஸர்

முதன்முதலில் நைட்ரிக் அமிலத்தை தயாரித்த விஞ்ஞானி யார்?
க்ளாஃபர்

செயற்கைக் கோளின் உதவியுடன் கண்டுபிடிக்கப்பட்ட புராதன காலநதி எது?
சரஸ்வதி

இந்தியாவில் எந்த ஆங்கில கவர்னர் ஜெனரல் ஆட்சியில் விவசாய வங்கிகள் துவங்கப்பட்டன?
கர்ஸன் பிரபு

மெக்கலன் எந்தக்கடலை அமைதிக்கடல் என்று கூறினார்?
பசிபிக்கடல்

இரண்டாம் ராஜராஜ சோழனால் கட்டப்பட்ட ஐராவதேஸ்வரர் ஆலயம் எங்குள்ளது?
தாராசுரம்

ஒலிம்பிக் விளையாட்டுப் போட்டி முதன் முதலில் ஆசியாக் கண்டத்தில் எங்கு நடைபெற்றது?
ஜப்பான்

அமெரிக்க ஜனாதிபதி ஜான் எஃப் கென்னடி எந்த ஆண்டு சுட்டுக் கொல்லப்பட்டார்?
1963

சந்திரனின் முதல் நிழற்படம் எந்த ஆண்டு எடுக்கப்பட்டது?
1959 (ரஷ்யா)

மகேந்திரப் பல்லவன் எழுதிய சமஸ்கிருத நாடக நூலின் பெயர் என்ன?
மத்தவிலாஸப் ஏகாசனம்

அட்லாண்டா நகரம் அமெரிக்காவில் எங்குள்ளது?
ஜியார்ஜியா

வங்காள தேசத்தில் பூசாவில் விவசாய ஆராய்ச்சி நிலையத்தை நிறுவிய ஆங்கில கவர்னர் ஜெனரல் யார்?
கர்ஸான் பிரபு

பிரபல திரைப்பட இயக்குநர் மிருணால்சென் எந்த மாநிலத்தைச் சேர்ந்தவர்?
மேற்கு வங்காளம்

வங்காளப் பிரிவினை எந்த ஆண்டில் ஏற்பட்டது?
1905

நம் உடலுறுப்புகளில் ஹைலஸ் எனப்படுவது எந்தப் பகுதியில் உள்ளது?
சிறுநீரகம்

யூரிரொ மென்சோ எந்தத்துறையுடன் சம்பந்தப்பட்டவர்?
விண்வெளிப் பயணம்

விருத்தாச்சலத்தின் சரித்திரகாலப் பெயர் என்ன?
திருமுதுக்குன்றம்

ஆனந்த பஸார் பத்திரிக்கை எந்த மொழி பத்திரிக்கை?
பெங்காளி

பீம் எனப்படும் முதல் பீரங்கி இந்தியாவில் எங்கு தயாரிக்கப்பட்டது?
ஆவடி

பாரத ஜனாதிபதி தனது ராஜினாமா கடிதத்தை யாரிடம் அனுப்புவார்?
உதவி ஜனாதிபதி

'கலிவரின் வில்லி புட் பயணம்' என்னும் நூலை எழுதியவர் யார்?
ஜோனாதன் ஸ்விப்ட்

ஜடாயு எந்த இடத்திலிருந்து தவமியற்றினார்?
க்ருதாஸ்ரமம்

ஏ.வி.எம்மின் ஸ்தாபகர் யார்?
ஏ.வி. மெய்யப்பன் செட்டியார்

அயர்லாந்து நாட்டின் நாணயத்தின் பெயர் என்ன?
ஜரிஷ் பௌண்ட்

ஆல்ப்ஸ் மலை எவ்வாறு அழைக்கப்படுகிறது?
பளிங்கு மலை

அனுமனின் பலம் உடலின் எந்த பாகத்தில் இருந்ததாகக் கூறப்படு கிறது?
வால்

இந்திய அரசியல் சட்டம் எந்த ஆண்டில் முதன் முதலாக திருத்தப் பட்டது?
1951

மகாவிஷ்ணு தமக்கு கிடைத்த தனுசை யாரிடம் கொடுத்தார்?
இரிசிக முனிவர்

சக்தி பீடங்களில் ஒன்றான குஹ்யேஸ்வரி ஆலயம் எந்த நதிக்கரை யில் அமைந்துள்ளது?
பாக்மதி

சத்ருக்கனனின் மனைவி பெயர் என்ன?
ஸ்ருத கீர்த்தி

இந்தியாவில் எந்த இடத்தில் இயற்கை வாயு அதிகமாகக் கிடைப்ப தாகக் கண்டறியப்பட்டது?
மும்பை

குதுப்மினார் எந்த இடத்தில் உள்ளது?
மெஹ்ரலி

துர்காபூரில் எந்தத் தொழில் மிகவும் சிறப்பாக நடைபெற்று வருகிறது?
இரும்பு மற்றும் எஃகு

நியுமிஸ் மேடிக்ஸ் என்பது எதைக் குறிக்கும்?
நாணயங்கள் சேகரித்தல்

கண்ணகியின் கால்சிலம்பு எந்த கற்களைக் கொண்டவை?
மாணிக்கம்

கங்கையின் மைந்தர் யார்?
பீஷ்மர்

தன்ராஜ் பிள்ளை எந்த விளையாட்டுடன் தொடர்பு கொண்டவர்?
ஹாக்கி

பரமார்த்த குரு கதைகளை எழுதியவர் யார்?
வீரமா முனிவர்

பாவை நோன்பு எந்த மதத்தில் வருகிறது?
மார்கழி

மனித உடலில் வேலை இல்லாத உறுப்பு எது?
குடல்வால்

ஆண்கள் மலடுகளாகக் காணப்படும் சிண்ட்ரோம் எது?
க்ளையின் பெல்டர் சிண்ட்ரோம்

திருத்தொண்டர் புராணத்தின் மறு பெயர் எது?
பெரிய புராணம்

லாகிர்தம் என்பது எதனுடன் தொடர்புடையது?
கணிதம்

தமிழ்நாட்டில் தீயணைப்புப் படை எந்த ஆண்டு துவங்கப்பட்டது?
1908

விக்கிரமாதித்தன் என்று அழைக்கப்பட்ட மன்னர் யார்?
இரண்டாம் சந்திரகுப்தர்

ஆலிவர் ட்விஸ்ட் என்ற நாவலை எழுதியவர் யார்?
சார்லஸ் டிக்கன்ஸ்

பிஸா என்ற உணவுப் பண்டம் எந்த நாட்டில் தோன்றியது?
இத்தாலி

குயின் ஆஃப் வெஸ்பென்ஸ் என்று அழைக்கப்படும் பெண் எழுத்தாளர் யார்?

அகதாகிரிஸ்டி

டேவிஸ் லாம்ப் எந்த இடத்தில் உபயோகப்படுத்தப்பட்டுகிறது?
சுரங்கங்கள்

இந்தியாவில் கொரில்லா போர் முறையைக் கையாண்டவர் யார்?
சத்ரபதி சிவாஜி

இரும்புத்துண்டு எந்த திரவத்தில் மிதக்கும்?
பாதரசம்

புத்தரின் பல்லைப் புனிதமாகக் கருதிப் போற்றிப் பாதுகாத்து வரும் நாடு எது?
இலங்கை

யுரேகா யுரேகா என்று மகிழ்ச்சி பொங்கக் கத்திய விஞ்ஞானி யார்?
ஆர்க்கிமிடிஸ்

அமெரிக்காவின் பெரிய நகரம் எது?
அலாங்கா

வெளிநாட்டில் எடுக்கப்பட்ட முதல் தமிழ்ப்படம் எது?
சிவந்த மண்

புத்தர் பிறந்த இடம் எது?
லும்பினி

தென்னிந்தியாவிற்கு விஜயம் செய்த மார்கோபோலோ எந்த நாட்டைச் சேர்ந்தவர்?
வெனிஸ்

1809ம் ஆண்டில் சார்லஸ் டார்வின் எந்த நாட்டில் பிறந்தார்?
இங்கிலாந்து

கொழுக்கட்டையை முதன் முதலில் விநாயகருக்கு படைத்தவர் யார்?
அருந்ததி

அம்பலவாணக்கவிராயர் பாடிய சதக நூல் எது?
அறப்பளீசுரர் சதகம்

பெருநாட்டின் தலைநகரம் எது?
லிமா

நேபாள நாட்டின் நாடாளுமன்றத்தின் பெயர் என்ன?
நேஷனல் பஞ்சாயத்

இராமாயணத்தில் பரதனின் மனைவி யார்?
மாண்டவி

அழகப்பா பல்கலைக்கழகம் எங்கு உள்ளது?
காரைக்குடி

தென்அமெரிக்காவில் இன்னமும் பிரான்சின் பகுதியாகவே உள்ள இடம் எது?
பிரஞ்சு கயானா

விஹாரம் என்பது எந்த மதத்துறவிகள் தங்கும் இடம்?
புத்தமதம்

உடலில் எந்த உறுப்பு காமாலை நோயால் பாதிக்கப்படும்?
கல்லீரல்

பண்டைய காலத்தில் சேர நாடாக இருந்தது எது?
கேரளா

குமரேச சதகத்தைப் பாடியவர் யார்?
குருபாத தாசர்

தென் ஆப்பிரிக்காவின் தலைநகரம் எது?
கேப்டவுன்

மாங்க் ரோவ் காடுகள் எந்த இடத்தில் உள்ளன?
பிச்சாவரம்

வீணை பாலச்சந்தர் பாடலே இல்லாமல் அந்தக் காலத்தில் எடுத்த படம் எது?
அந்த நாள்

மனோகரா நாடகத்தை எழுதியவர் யார்?
பம்மல் சம்பந்த முதலியார்

ஓட்டப் பந்தய வீராங்கனை 'மரியன் ஜோஸ்' எந்த நாட்டைச் சேர்ந்தவர்?
அமெரிக்கா

ஸ்காட்லாண்ட் யார்ட் என்பது எது?
லண்டன் காவல்துறை துப்பறியும் பிரிவு

கோஹினூர் வைரத்தைக் கொள்ளையடித்தவர் யார்?
நாதிர்ஷா

தமிழ்நாட்டிலுள்ள நீளமான அணைக்கட்டு எது?
கீழ்பவானி

சயக் க்ரிமானி எந்த விளையாட்டுடன் தொடர்புடையவர்?
கிரிக்கெட்

நுகர்ந்தால் வாடும் மலர் எது?
அனிச்சமலர்

வினிகரில் எந்த அமிலம் உள்ளது?
அசிட்டிக் அமிலம்

'டைம்' பத்திரிகை எந்த நாட்டிலிருந்து வெளிவருகிறது?
அமெரிக்கா

ஜாதகக் கதைகள் எந்த மதத் தலைவருடன் சம்பந்தப்பட்டது?
கௌதம புத்தர்

உலகின் பதினைந்து பல்கலைக் கழகங்களில் டாக்டர் பட்டம் பெற்ற ஒரே இந்தியர் யார்?
டாக்டர் ராதா கிருஷ்ணன்

ஏர்சினிய பெஸ்டிஸ் உண்டாக்கும் நோய் எது?
ப்ளேக்

எந்த விளையாட்டு அந்தக் காலத்தில் பிங்பாஸ் என்றழைக்கப் பட்டது?
டேபிள் டென்னிஸ்

தமிழ்நாட்டில் சிப்பாய் கலகம் எங்கே நடைபெற்றது?
வேலூர்

ஆளுநர்களின் பணிக்காலம் எத்தனை ஆண்டுகள்?
5 ஆண்டுகள்

அதிக ஆண்டுகள் வாழும் கடல் உயிரினம் எது?
ஆமை

சதுப்பு நிலவாயு என்பது எது?
மீதேன்

காமராஜர் பிறந்த ஊர் எது?
விருதுநகர்

அனுமனின் தாயார் யார்?
அஞ்சனா தேவி

சிரிப்பது போல சத்தமிடும் மிருகம் எது?
கழுதைப்புலி

இந்தியாவில் அதிக அளவில் கிடைக்கும் கனிமம் எது?
நிலக்கரி

சீன நாட்டின் தேசிய மிருகம் எது?
பாண்டா கரடி

பகவத்சிங் தூக்கிலிடப்படும் போது அவருக்கு வயது என்ன?
23

தமிழ் இலக்கியத்தில் 98 பூக்களை வரிசைப்படுத்தும் இலக்கியம் எது?
குறிஞ்சிப்பாட்டு

சென்னை உயர்நீதிமன்றத்தின் கிளை எங்கு அமைந்துள்ளது?
மதுரை

ஹிட்லர் யூதர்களைக் கொல்ல பயன்படுத்திய வாயு எது?
கார்பன் மோனாக்ஸைடு

ராஜ்ய சபா எம்பியாக பதவி வகித்த இந்திய இசை மேதை யார்?
சிதார் மேதை ரவிசங்கர்

கடல் பறவைகளின் எச்சத்திற்கு என்ன பெயர்?
குவானோ

இந்தியாவின் சரோட் இசையில் புகழ் பெற்றவர் யார்?
அம்ஜத் அலிகான்

மாமிச உணவுகளைச் சாப்பிடாத கழுகு இனத்தின் பெயர் என்ன?
பனங்கொட்டைக் கழுகு

உலகிலேயே அதிக உயரத்தில் இருக்கும் தலைநகரம் எது?
லாபாங் (பொலிவியா)

மனிதருக்குத் தீங்கு விளைவிக்கும் அல்ட்ரா வயலட் கதிர்வீச்சைத் தடுப்பது எது?
ஓஸோன் லேயர்

விவசாயக் கருவிகள் உற்பத்தியில் சிறந்து விளங்கும் நிறுவனம் எது?
கிர்லாங்கர்

காற்றின் அழுத்தத்தை அளக்க உதவும் பலூன் சாதனத்தின் பெயர் என்ன?
ரேடியோ ஸோண்டி

மொஸாம்பிக் நாடு சுதந்திரத்துக்கு முன்பு எந்த நாட்டின் காலனி நாடாக இருந்தது?
போர்த்துக்கீஸ்

ஐந்தாம் ஹென்றி வேடத்தில் நடித்துப் புகழ்பெற்ற நடிகர் யார்?
லாரன்ஸ் ஒலிவியர்

13வது ஆசிய விளையாட்டுப் போட்டியின் சின்னம் எது?
சாய் - யோ என்ற யானைக்குட்டி

ஏ.கே. 47 துப்பாக்கியைப் போன்று இந்தியாவில் தயாரிக்கப்படும் துப்பாக்கியின் பெயர் என்ன?
இன்சாங் 5.56

ஹாலிவுட் நடிகை எலிசபெத் டெய்லரை இரண்டு முறை மணந்தவர் யார்?
சிச்சர்ட் பர்ட்டன்

விண்வெளியில் நடந்த முதல் அமெரிக்கப் பெண்மணி யார்?
காத்தரின் சல்லிவன்

வளைகுடாப் போரில் (1991) ஈராக் படைகளை விரட்டியடித்த அமெரிக்க ராணுவ தளபதி யார்?
ஜெனரல் நர்மன் ஸ்வார்ங் காஃப்

மருத்துவ சாதனையாளர்களுக்கு 'அமெரிக்க புற்றுநோய் ஆராய்ச்சிக் கழகம்' வழங்கும் சர்வதேச விருதின் பெயர் என்ன?
புரூஸ் கெய்ன் விருது

13வது ஆசிய விளையாட்டுப் போட்டியில் கலந்து கொண்ட நாடுகள் எத்தனை?
43

விண்ணில் பல கோடி மைல்களுக்கு அப்பால் உள்ள கிரகங்களைக் கண்டுபிடிக்க உதவும் அதிநவீன டெலஸ்கோப்பின் பெயர் என்ன?
வி.எல்.டி. டெலஸ்கோப்

ஜவஹர்லால் நேரு ஃபெல்லோஷிப் விருதை இரண்டு முறை பெற்ற இந்திய எழுத்தாளர் யார்?
கே.கே.நாயர்

யெவ்ஜன் பிரமகோவ் என்பவர் யார்?
1998ல் இருந்த ரஷ்யப் பிரதமர்

ஐ.சி.ஆர்.சி. வேக்சின் என்ற தொழுநோய் மருந்தைக் கண்டு பிடித்தவர் யார்?
மும்பை புற்றுநோய் ஆராய்ச்சி மையம்

1998ம் ஆண்டிற்கான இசைப் பேரொளி பட்டம் பெற்ற கர்நாடக இசைப் பாடகர் யார்?
உன்னி கிருஷ்ணன்

ஏரோ இந்தியா 98 என்றால் என்ன?
1998ல் பெங்களூரில் நடந்த சர்வதேச விமான கண்காட்சியின் பெயர்

மத்திய பத்திரிகை தகவல் அலுவலகம் எங்கே உள்ளது?
சென்னை

சூரியசக்திப் படகு மூலம் தனியாக உலகைச் சுற்றி வந்த முதல் மனிதர் யார்?
கெனிச்சி ஹேரை (ஜப்பானியர்)

காஷ்மீர் சிங்கம் என்று அழைக்கப்படுபவர் யார்?
ஷேக் முகம்மது அப்துல்லா

பெட்ரோமாக்ஸ் விளக்கைக் கண்டுபிடித்தவர் யார்?
முர்டோக் (ஸ்காட்லாந்து 1792)

‘ஆங்கிலக் கவிதையின் தந்தை’ என்று அழைக்கப்படுபவர் யார்?
ஜெஃப்ரி சாசர்

ஜெர்மன் கவிஞர் ‘கதே’ மிகவும் விரும்பிப் படித்த தமிழ் இலக்கிய நூல் எது?
காளிதாசர் இயற்றிய சகுந்தலை

சைவ உணவு பழக்க வழக்கத்திற்காக உழைப்பவருக்கு தமிழ் நாட்டில் வழங்கப்படும் விருது எது?
பகவான் மகாவீர் அறக்கட்டளை விருது

ஃபைபர் கிளாஸ் எனப்படும் கண்ணாடி இழைகளால் தயாரிக்கப் பட்ட மிருதங்கத்தை முதன் முதலில் பயன்படுத்திய மிருதங்க வித்வான் யார்?
உமையாள்புரம் சிவராமன்

டில்லியின் முதல் காங்கிரஸ் முதல்வர் யார்?
சவுத்ரி பரம் பிரகாஷ்

டில்லி யூனியன் பிரதேசத்தின் முதல் பெண் முதல்வர் யார்?
சுஷ்மா சுவராஜ்

மீனவர்களை தபால் தலையில் வெளியிட்டு கௌரவப்படுத்தியுள்ள நாடு எது?
பிரிட்டன்

400000 சொற்கள் அடங்கிய 45000 பக்கங்கள் கொண்ட மெகா டிக்ஷ்னரி எந்த மொழியில் வெளியிடப்பட்டது?
டச்சு மொழியில்

உலகிலேயே மிகப்பெரிய சாக்லேட் பார் (1100 கிலோ எடை) எந்த நாட்டில் தயாரிக்கப்பட்டது?
பிரிட்டன்

தென்னிந்திய திரைப்படத் தொழிலாளர்கள் சம்மேளத்தின் சுருக்கப் பெயர் என்ன?
ஃபெப்சி

ஆடம்பரமாகத் திருமணம் நடத்தத் தடை விதித்துள்ள உலகின் முதல் நாடு எது?
பாகிஸ்தான்

பிரஞ்சு நாட்டு காந்தி எனப்படுபவர் யார்?
சார்லஸ் டிகாலே

எர்த் என்ற நூலின் ஆசிரியர் யார்?
எமிலி ஜோலா

கனவு அமைச்சரவை என்ற பெயரில் உலக அளவில் சிறந்த தலைவர்களையும், அமைச்சர்களையும், நிர்வாகிகளையும் தேர்ந்தெடுத்து கௌரவப்படுத்தும் பத்திரிகை எது?
வேர்ல்டு லிங்க் (லண்டன்)

பெர்முடா முக்கோணம் எந்தக் கடலின் ஒரு பகுதி?
அட்லாண்டிக்

தானியங்கி விமானத்தைக் கண்டுபிடித்தவர் யார்?
ஸ்பெர்ரி

ஏரோஸ் ஸ்பேஸ் நகரம் என்று அழைக்கப்படும் நகரம் எது?
பெங்களூர்

ரயில்வே சிக்னலைக் கண்டுபிடித்தவர் யார்?
ஹால்

மண் ஆய்வுக் கூடம் தமிழ்நாட்டில் எங்குள்ளது?
குடுமியான் மலை

சிறந்த செய்தி மற்றும் டாக்குமெண்டரி படங்களுக்காக அமெரிக்கா வழங்கும் விருது எது?
எம்மி விருது

கிறிஸ்தவக் கம்பர் என்று அழைக்கப்பட்டவர் யார்?
எச்.ஏ. கிருட்டிணப்பிள்ளை

லாச்ரிமல் கிளாண்ட்ஸ் என்றால் என்ன?
மனிதக் கண்களில் இருந்து கண்ணீரைச் சுரக்கும் சுரப்பியின் பெயர் ஆகும்.

ஒரே ஒரு பாடல் பாடி இங்கிலாந்தின் 'சர்' பட்டம் பெற்ற பாடகர் யார்?
எல்டன் ஜான்

இந்தியாவில் அதிக மருத்துவ நூல்களை எழுதிய டாக்டர் யார்?
எல்.சி. குப்தா

மிகக் குறைந்த ஆயுள் கொண்ட பூச்சி எது?
மேஃப்ளை

உலக அழகி பட்டம் பெற்ற முதல் ரஷ்ய அழகி யார்?
ஜூலியா குரோசச் சினிக்கா

நன்கு வளர்ச்சியடைந்த ஒரு யானையின் சராசரி எடை எவ்வளவு இருக்கும்?
5.6 டன்

காந்திஜி கொலை வழக்கை விசாரித்து (1949) அவரைக் கொன்ற கோட்சேவுக்கு தண்டனை வழங்கிய நீதிபதி யார்?
ஆத்ம சரண்

காந்திஜி கொலை வழக்கில் கோட்சேயோடு தூக்கு தண்டனை பெற்ற அவனது உயிர் நண்பன் யார்?
நாராயண ஆப்தே

கம்யூட்டரில் பயன்படுத்தப்படும் மவுஸ் சாதனத்தை கண்டு பிடித்தவர் யார்?
டக்ளஸ் ஏஞ்சல்பார்ட்

வடஇந்திய இசைக்கு என்ன பெயர்?
இந்துஸ்தானி சங்கீத்

நாவல் எழுதிக் கொண்டிருக்கும்போதே பேனா பிடித்த கையோடு பாதியிலேயே இறந்த எழுத்தாளர் யார்?
எமிலி ஜோயா

பெண்களுக்கு திருமண நிதி உதவித் திட்டத்தை தமிழக அரசு யார் பெயரில் நடத்துகிறது?
மூவலூர் ராமாமிர்தம் அம்மையார்

கூடங்குளம் அணுமின் நிலையம் அமைக்க இந்தியாவுடன் கூட்டுச் சேர்ந்துள்ள நாடு எது?
ரஷ்யா

தென்னாட்டு போஸ் என்றழைக்கப்பட்ட சுதந்திர போராட்ட வீரர் யார்?
முத்துராமலிங்கத் தேவர்

மதுரையில் 1981ல் நட ந்த 5வது உலகத்தமிழ் மாநாட்டைத் தொடங்கி வைத்தவர் யார்?
சாதிக் அலி

மாயூரம் வேத நாயகம் பிள்ளை எழுதிய இரண்டாவது நாவல் எது?
சுகுண சுந்தரி சரித்திரம்

முட்டையிட்டு இனப்பெருக்கம் செய்வதற்காக கடலில் இருந்து நதிக்கு வரும் மீன் எது?
சால்மன்

தென் ஆப்பிரிக்காவின் பிரதமர் (1998) யார்?
தாபோ வபேக்கி

பிரிட்டிஷ் இளவரசி இரண்டாம் எலிசபெத்தின் கணவர் யார்?
எடின்பரோ கோமகன் இளவரசர் பிலீப்

எல்.டி.டி. இயினரால் 1998ல் சுட்டுக் கொல்லப்பட்ட ஜாஃப்னா (இலங்கை) நகர மேயர் யார்?
சரோஜினி யோகேஸ்வரன்

13வது ஆசிய விளையாட்டு போட்டியில் கலந்து கொண்ட இந்திய ஹாக்கி அணியின் கேப்டன் யார்?
தன்ராஜ் பிள்ளை

ஐ.நா. ஆயுத பரிசோதனை நிபுணர் யார்?
ரிச்சர்ட் பட்லர்

அமர்கண்டக் சிகரத்தில் உருவாகி அரபிக்கடலில் கலக்கும் நதி எது?
நர்மதை நதி

இந்தியாவின் தங்க மங்கை ஜோதிர்மாய் சிக்தரின் சொந்த ஊர் எது?
தேவகிராம் (மேற்கு வங்காளம்)

மறைந்த பிரிட்டிஷ் இளவரசி டயானாவுக்கு புகழ் பெற்ற பாடகர் எல்டன் ஜான் இயற்றிய கீதாஞ்சலி ஆல்பத்தின் பெயர் என்ன?
கேன்டில் இன் தி வின்ட்

லோக்சபாவின் முதல் தலித் சபாநாயகர் யார்?
பால யோகி

வைனு பாப்பு விண்வெளி ஆராய்ச்சி நிலையம் எங்குள்ளது?
காவலூர் (வேலூர் மாவட்டம்)

இந்தானோன் சிகரம் எந்த நாட்டின் மிக உயர்ந்த சிகரம்?
தாய்லாந்து

அரசு ஊழியர் லஞ்ச ஊழலைத் தடுக்க கேரள அரசு கொண்டு வந்துள்ள அவசரச் சட்டம் எது?
லோக் அயுக்தா

இந்தியாவின் பாசுமதி அரிசி அமெரிக்காவில் எப்படி அழைக்கப் படுகிறது?
டெக்ஸ்மதி

இந்தியாவின் பாசுமதி அரிசிக்கான காப்புரிமயை உலக வர்த்தக அமைப்பிடமிருந்து பெற்ற அமெரிக்க அரிசி நிறுவனம் எது?
ரைஸ்டெக்

'எக்ஸ்பெரிமெண்ட்ஸ் வித் அன்ட்ரூத்' என்ற நூலின் ஆசிரியர் யார்?
மைக்கேல் ஆண்டர்சன்

பாரத ரத்னா விருது பெற்ற ஒரே குடும்பத்தைச சேர்ந்த மூவர் யார்?
ஜவஹர்லால் நேரு, இந்திராகாந்தி, ராஜீவ்காந்தி

கெட்ட வார்த்தைகள் அடங்கிய அகராதியை ஆக்ஸ்போர்டு டிக்ஷ்னரி சார்பில் தொகுத்தவர் யார்?
லெக்சி அய்டோ (இங்கிலாந்து)

சமஸ்கிருதத்தில் டாக்டர் பட்டம் பெற்ற முதல் முஸ்லீம் பெண்மணி யார்?
கதீஜா (பாலக்காடு)
வெள்ளை நகரம் என்று அழைக்கப்படும் ஐரோப்பிய நகரம் எது?
பெல் கிரேடு

தெற்கு அட்லாண்டிக் பெருங்கடலில் கலக்கும் இரண்டு பெரிய நதிகள் எவை?
அமேசான் மற்றும் நைல்

உலகிலேயே அதிக வயதில் (77) விண்வெளிக்குச் சென்று திரும்பி யவர் யார்?
ஜான் கிரௌன் (அமெரிக்கா 1998)

தொழிலாளர்கள் முதன் முதலாக தங்கள் உரிமைக்காக போராடியது எந்த நாட்டில்?
அமெரிக்கா (1875)

இலங்கை முழுவதும் கேட்கும் வகையில் விடுதலைப் புலிகள் துவக்கியுள்ள ரேடியோ ஒலிபரப்பின் பெயர் என்ன?
வாய்ஸ் ஆஃப் டைகர்ஸ்

ஒவ்வொரு ஆண்டும் மாநில அளவில் டென்னிஸ் போட்டிகளை நடத்தும் இந்திய நிறுவனம் எது?
டெக்ஸ் - டெக்

பன்னாட்டுத் தமிழுறவு மன்றத்தின் நான்காவது மாநாடு எங்கு நடந்தது?
பாங்காக்

மாயாஜால பந்து வீச்சாளர் என்று கிரிக்கெட்டில் கூறப்படுபவர் யார்?
ஷான் வார்னே (ஆஸ்திரேலியா)

காமிக் மன்னன் என்று புகழப்பட்டவர் யார்?
பாப்கேனி

பெங்களூர் நகரை நிறுவியவர் யார்?
கெம்பேகவுடா

விழிகளை அசைக்க முடியாத பறவை எது?
ஆந்தை

மனித உடம்பில் வியர்வைச் சுரம்பிகள் இல்லாத இடம் எது?
உதடுகள்

பதினோராவது நிதிக்கமிசன் தலைவர் யார்?
ஏ.என். குஸ்ரோ

நீரில் நீந்திக் கொண்டே தூங்கும் பறவை எது?
வாத்து

ஓட்டப் பந்தய வீரராக இருந்த ஆங்கில எழுத்தாளர் யார்?
ஜெஃப்ரி ஆர்ச்சர்

ஒரே இடத்தில் நின்று கொண்டு பறக்கும் ஆற்றலை உடைய உயிரினம் எது?
தட்டாம்பூச்சி

எவரெஸ்ட் சிகரத்தை அடைந்த முதல் அமெரிக்கர் யார்?
டபிள்யூ. விட்டாக்கர்

மண்புழுக்களைக் கொண்டு குப்பைகளை உரமாக மாற்றுவதற்கு என்ன பெயர்?
வெர்மிகம் போஸ்டிஸ்

கேரள மாநிலத்தின் முதல் ஆதிவாசி பெண் டாக்டர் யார்?
டாக்டர் கமலாட்சி

பார்சி மதத்தை தோற்றுவித்தவர் யார்?
ஜாரதுஷ்டிரர்

ஊழலை எதிர்த்து ஜெயப் பிரகாஷ் நாராயணன் தோற்றுவித்த அமைப்பு எது?
சம்பூர்ண கிரந்தி

வார்னர் பிரதர்ஸ் நிறுவனத்தால் வெளியிடப்படும் அமெரிக்கப் பத்திரிகை எது?
மேட்

தகவல் தொடர்புத் துறையின் சூப்பர் கிங் என்று அழைக்கப்படுபவர் யார்?
ரூபர்ட் முர் டோக்